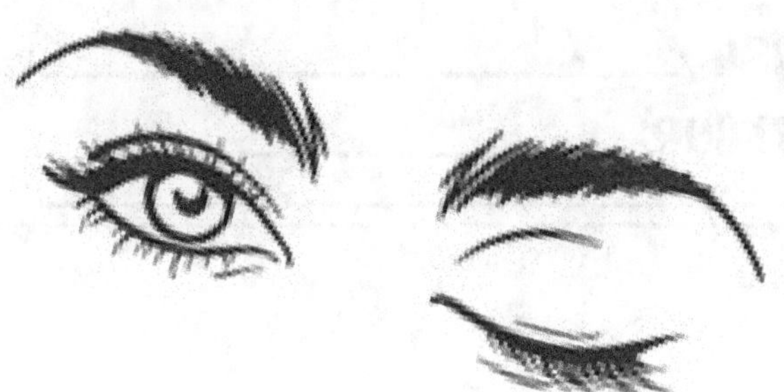

This Book Belongs To:

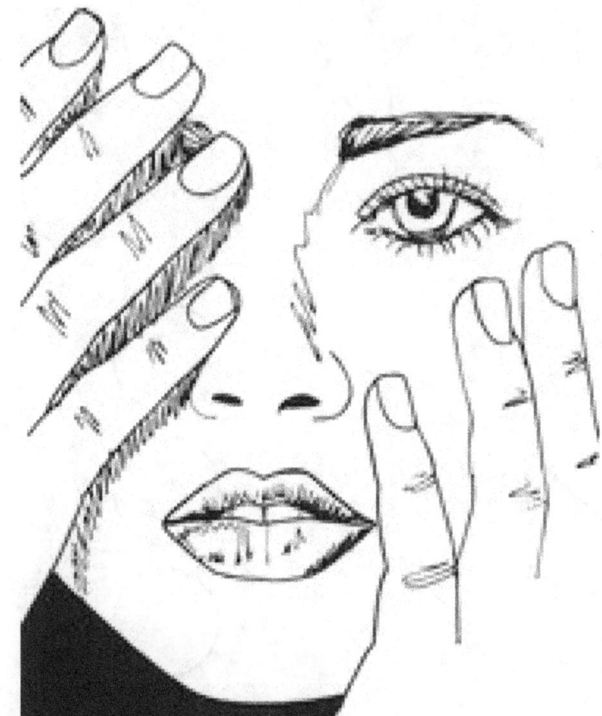

Niky Jadesson

MAKEUP STYLE:_________________________ TYPE:______________
FOUNDATION:___________________________ DURATION:___________
POWDER:_______________________________ DATE:____________
BLUSH: ________________________________ ARTIST:___________
CONTOUR: ______________________________ EVENT:___________

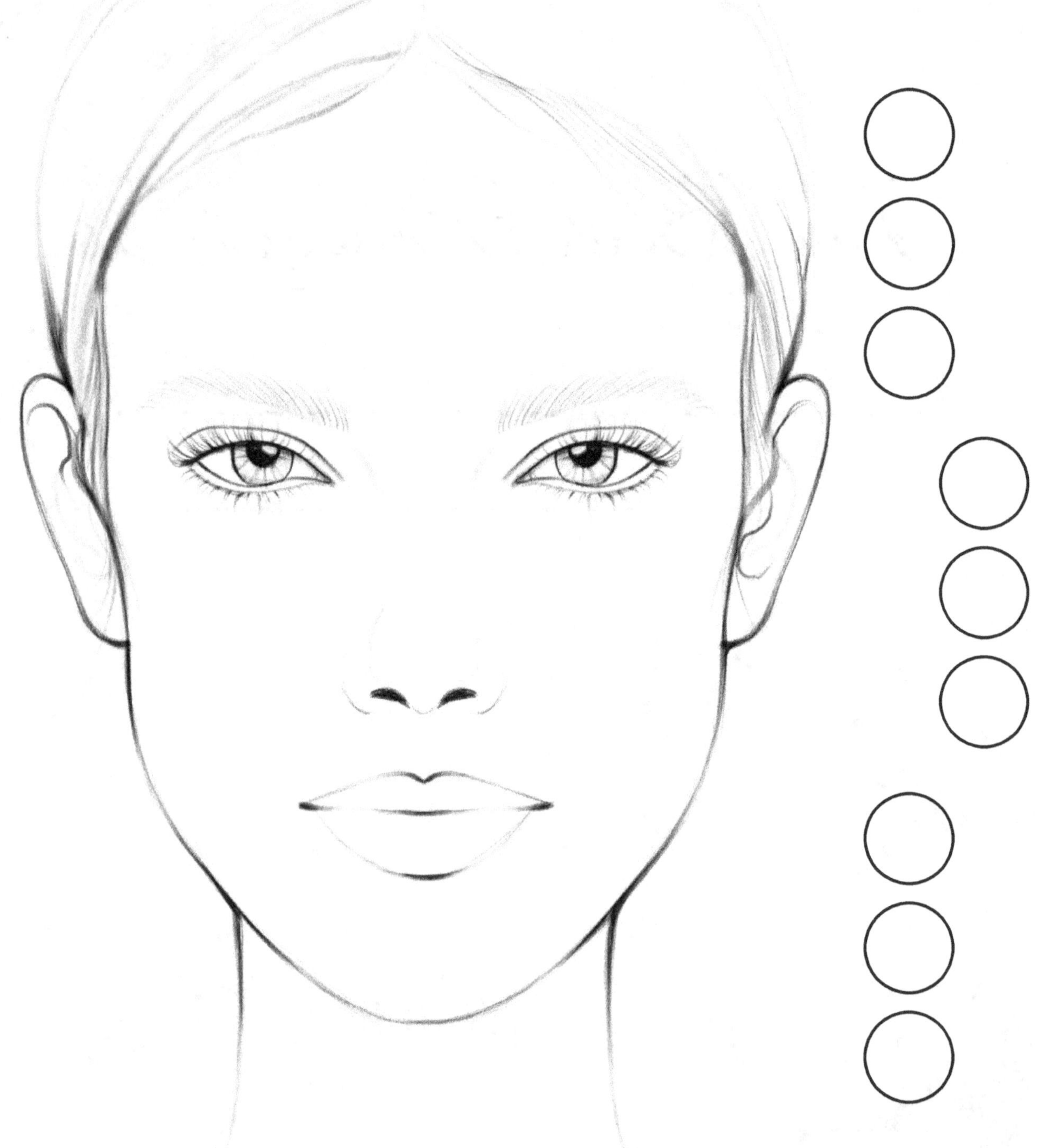

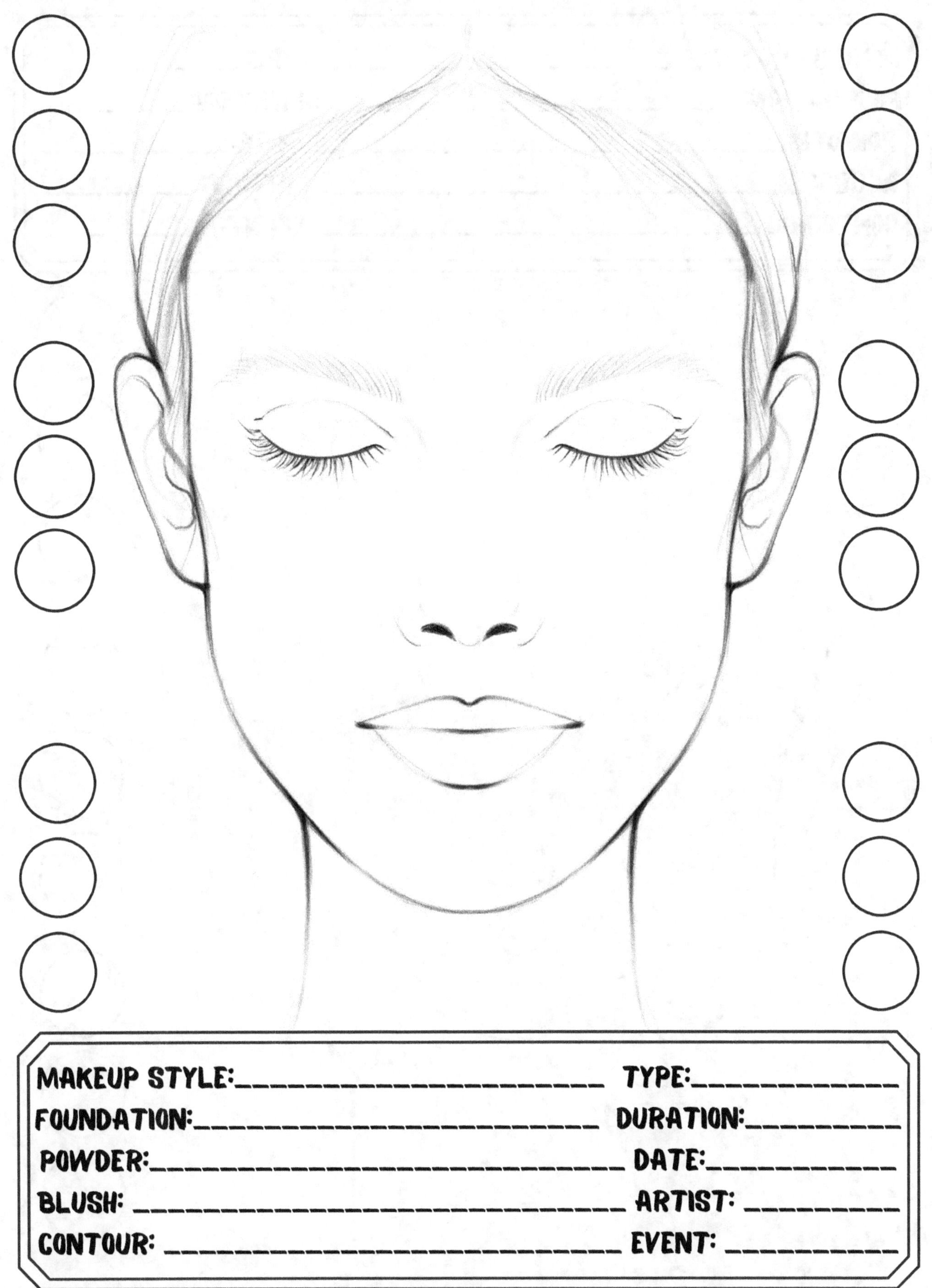

MAKEUP STYLE:_________________________________ **TYPE:**_______________

FOUNDATION:___________________________________ **DURATION:**___________

POWDER:_______________________________________ **DATE:**______________

BLUSH: _______________________________________ **ARTIST:** ___________

CONTOUR: _____________________________________ **EVENT:** _____________

MAKEUP STYLE:_________________________________ TYPE:______________

FOUNDATION:___________________________________ DURATION:__________

POWDER:_______________________________________ DATE:______________

BLUSH: ____ ARTIST:____________

CONTOUR: ______________________________________ EVENT: ____________

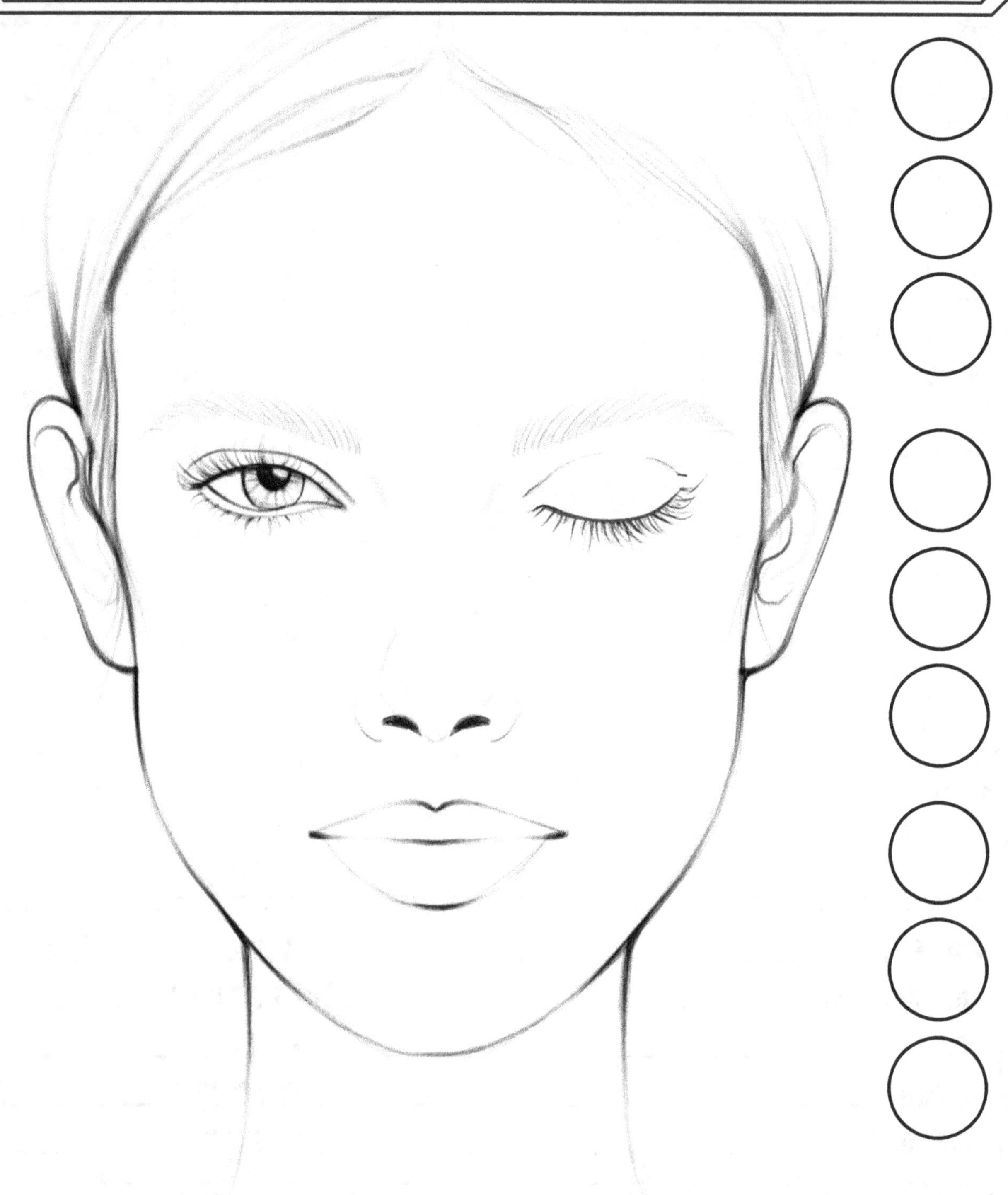

MAKEUP STYLE:_____________________________ TYPE:______________

FOUNDATION:_______________________________ DURATION:_________

POWDER:___________________________________ DATE:_____________

BLUSH: ____________________________________ ARTIST:___________

CONTOUR: _________________________________ EVENT: ___________

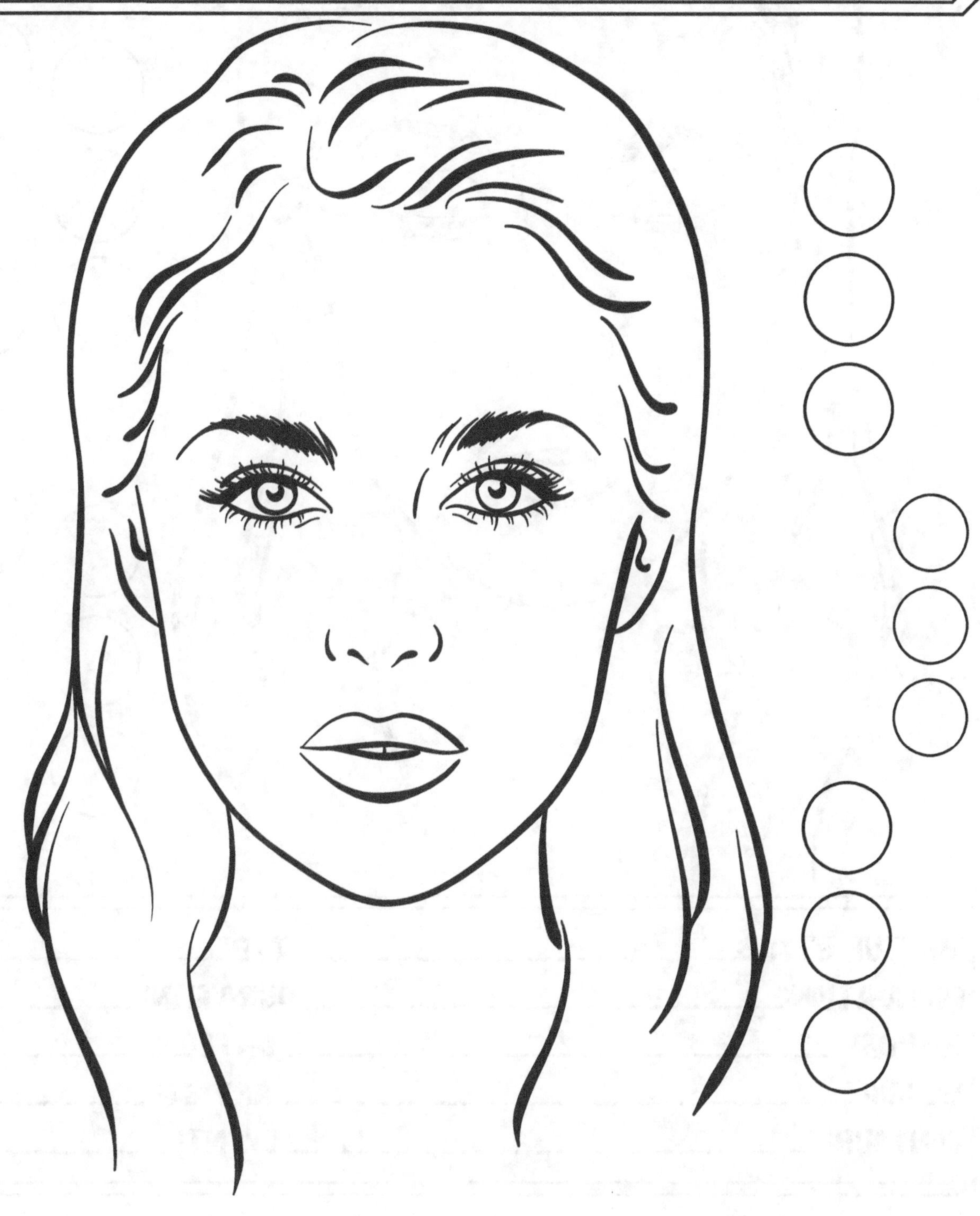

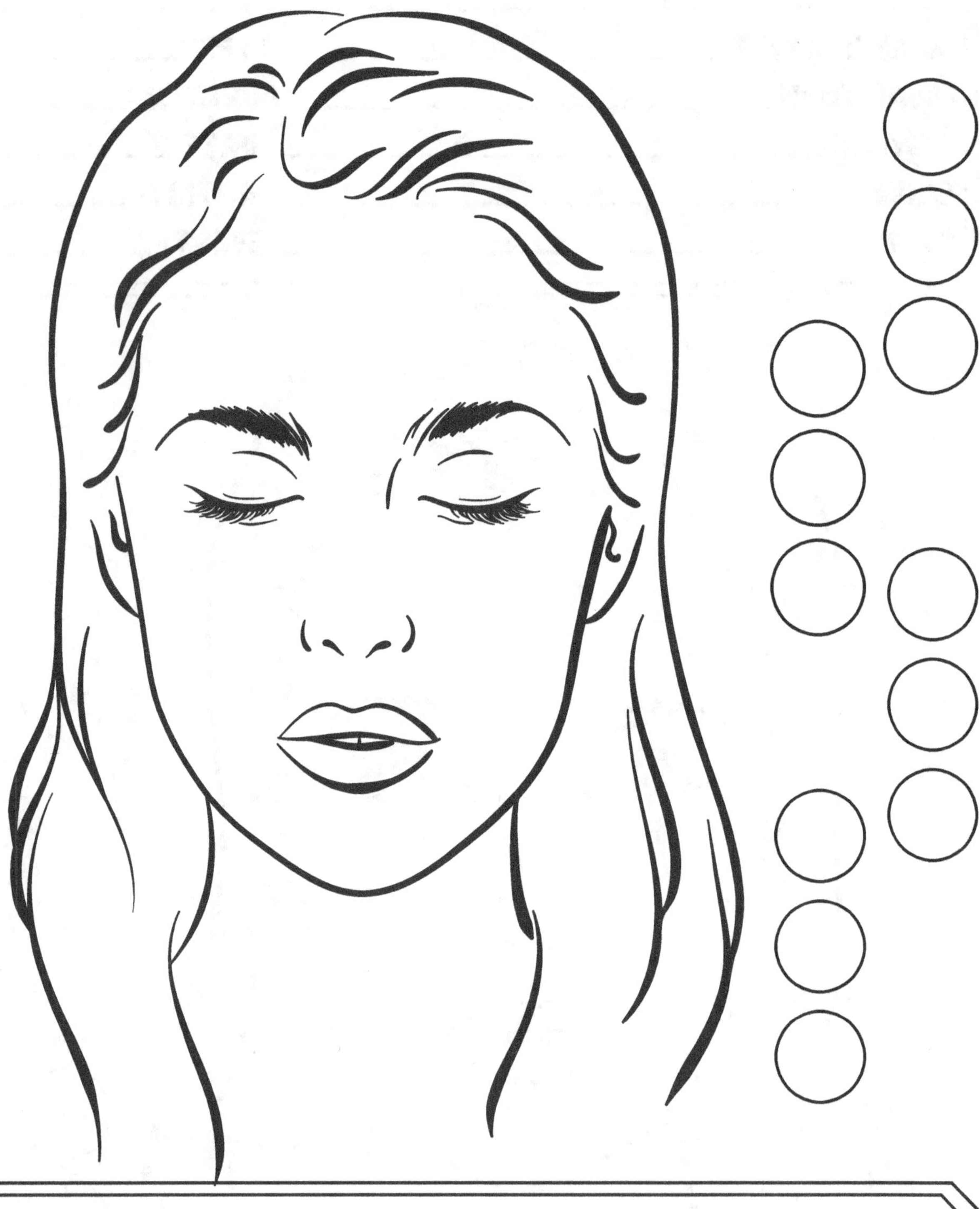

MAKEUP STYLE:_________________________ TYPE:_____________

FOUNDATION:___________________________ DURATION:__________

POWDER:_______________________________ DATE:____________

BLUSH: ________________________________ ARTIST: __________

CONTOUR: ______________________________ EVENT: ____________

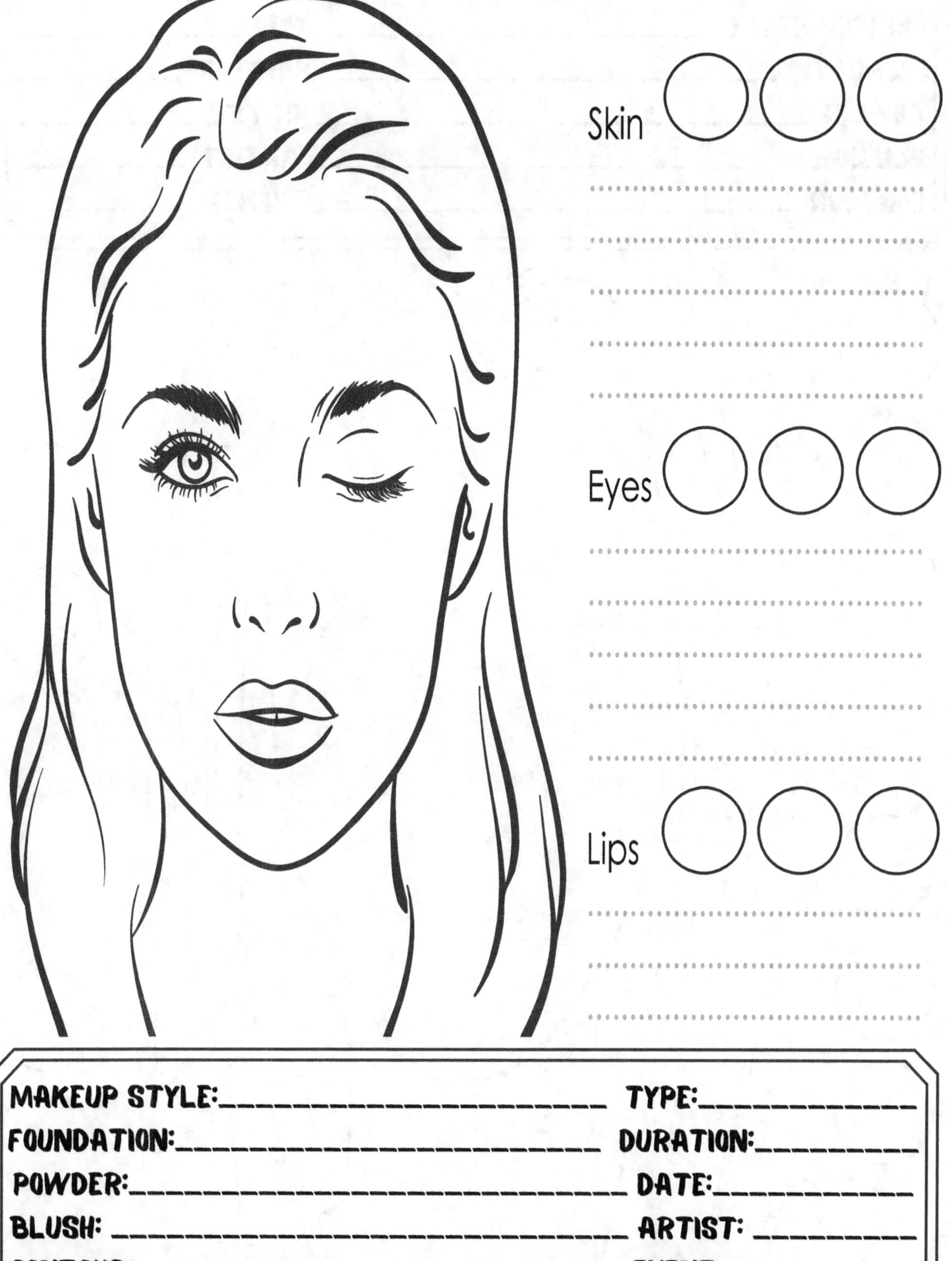

Skin
Eyes
Lips
MAKEUP STYLE:_________________________
FOUNDATION:_________________________
POWDER:_________________________
BLUSH:_________________________
CONTOUR:_________________________
TYPE:_________________________
DURATION:_________________________
DATE:_________________________
ARTIST:_________________________
EVENT:_________________________

MAKEUP STYLE:_______________________ TYPE:_____________
FOUNDATION:_____________________________ DURATION:___________
POWDER:________________________________ DATE:_____________
BLUSH: _________________________________ ARTIST:___________
CONTOUR: _______________________________ EVENT: ___________

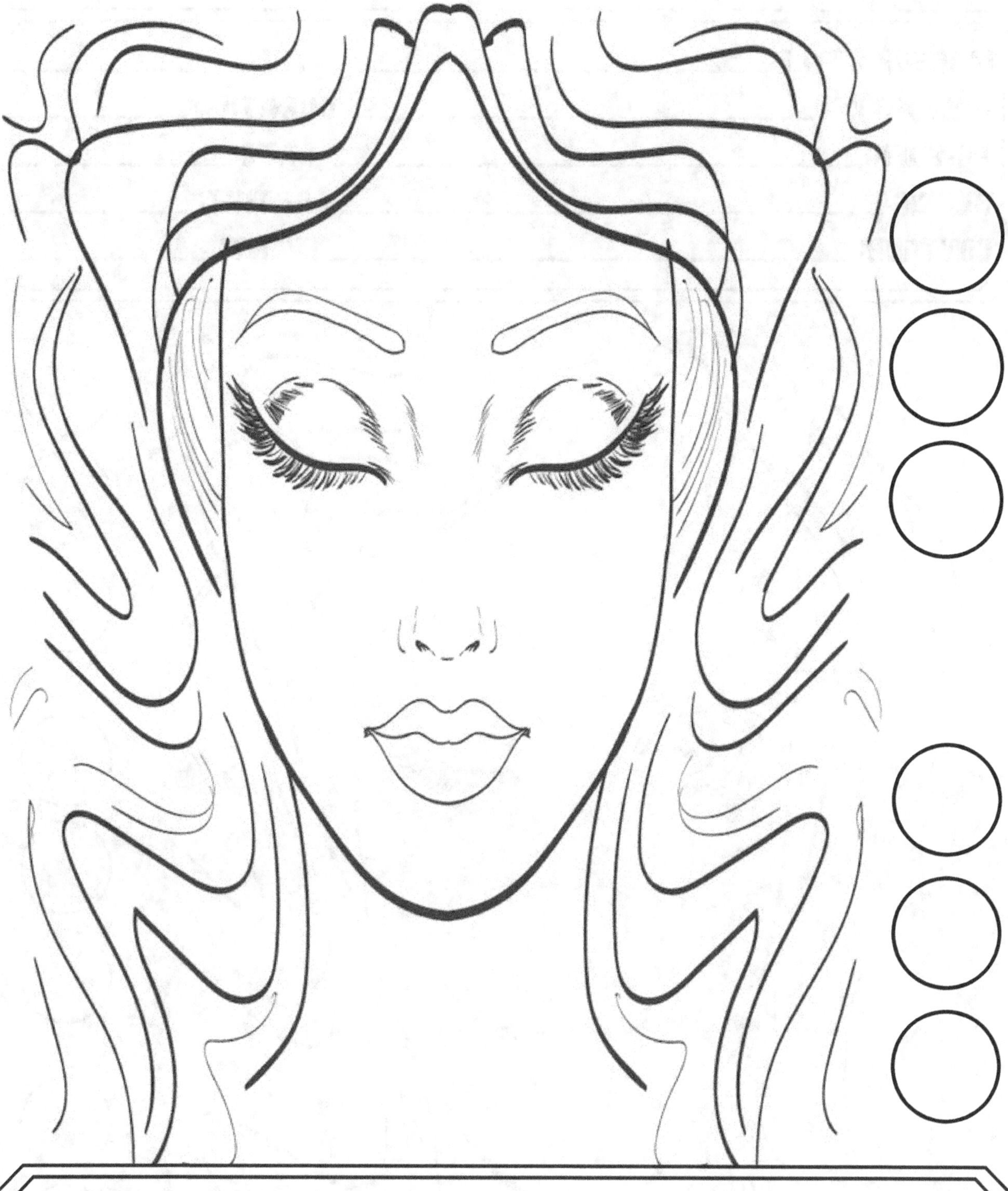

MAKEUP STYLE:_______________________________ TYPE:_______________

FOUNDATION:________________________________ DURATION:___________

POWDER:___________________________________ DATE:______________

BLUSH: ____________________________________ ARTIST: ___________

CONTOUR: __________________________________ EVENT: ___________

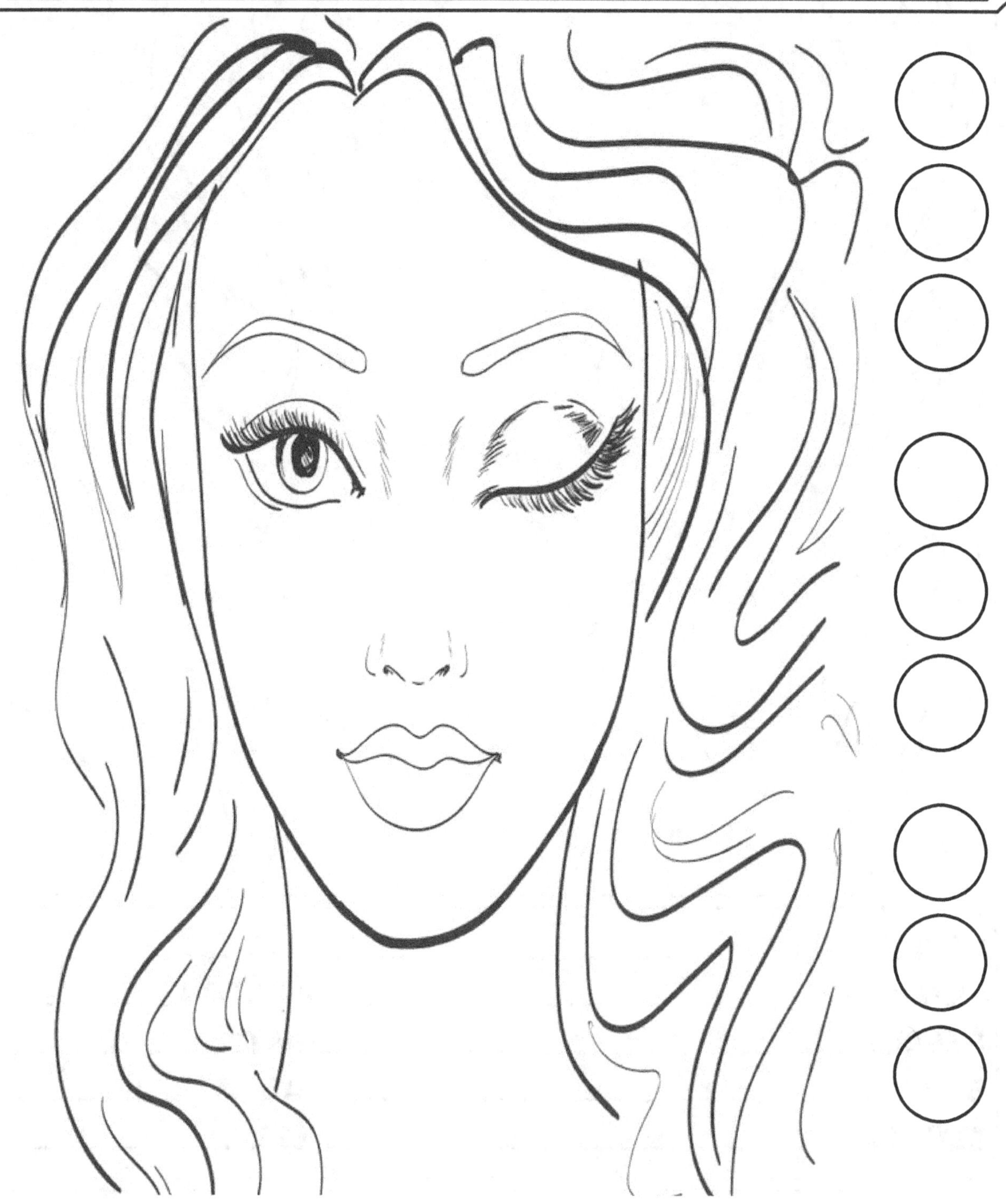

MAKEUP STYLE:________________________ TYPE:____________
FOUNDATION:__________________________ DURATION:__________
POWDER:_____________________________ DATE:_____________
BLUSH: ______________________________ ARTIST:___________
CONTOUR: ____________________________ EVENT: ___________

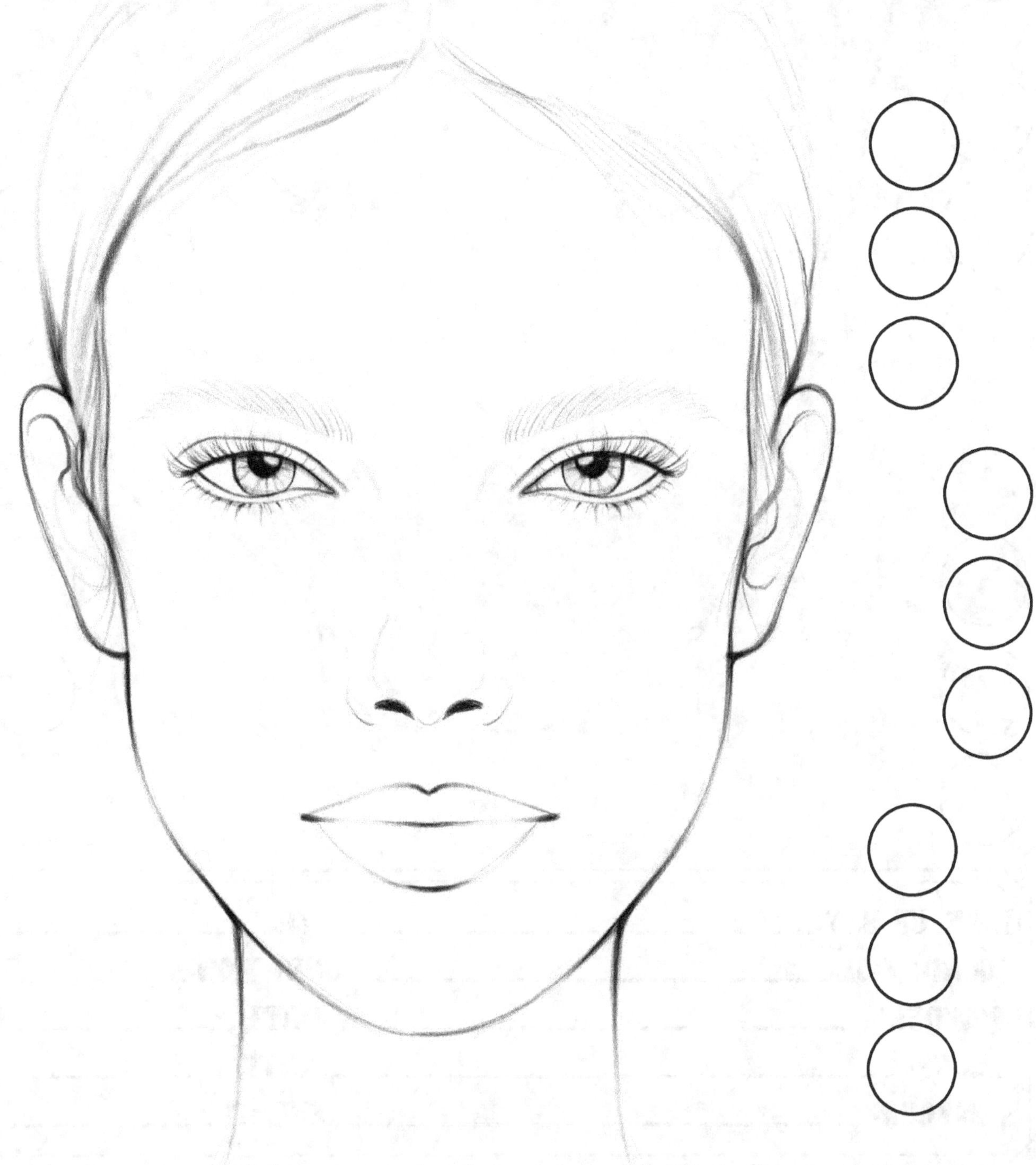

MAKEUP STYLE:________________________ TYPE:____________

FOUNDATION:__________________________ DURATION:_________

POWDER:_____________________________ DATE:____________

BLUSH: _____________________________ ARTIST:__________

CONTOUR: ___________________________ EVENT: __________

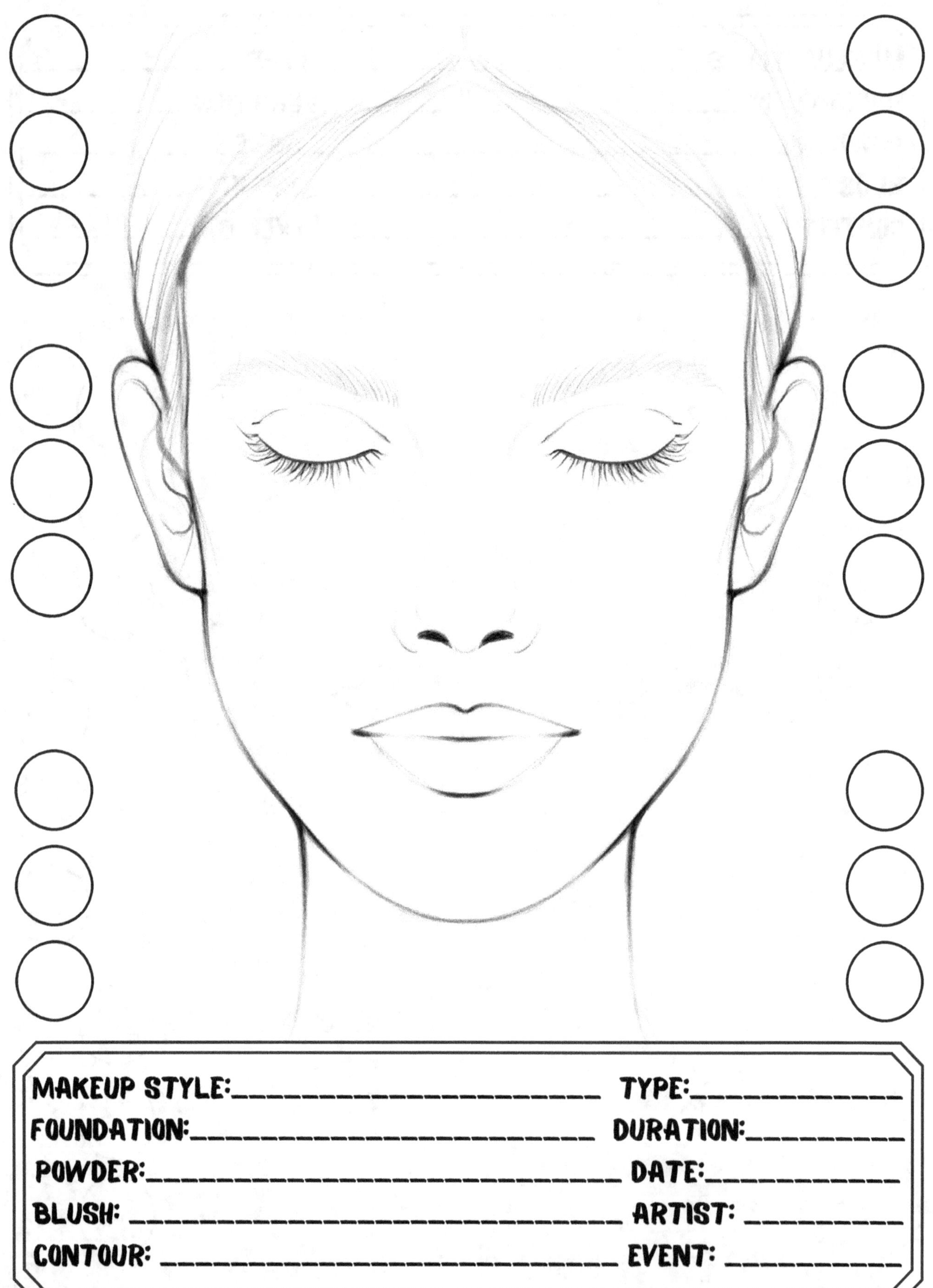

MAKEUP STYLE:_________________________ TYPE:______________
FOUNDATION:___________________________ DURATION:__________
POWDER:_______________________________ DATE:______________
BLUSH: _______________________________ ARTIST: ___________
CONTOUR: _____________________________ EVENT: ____________

MAKEUP STYLE:_____________________________   TYPE:______________

FOUNDATION:________________________________   DURATION:__________

POWDER:___________________________________   DATE:_____________

BLUSH: ____________________________________   ARTIST:___________

CONTOUR: __________________________________   EVENT: ___________

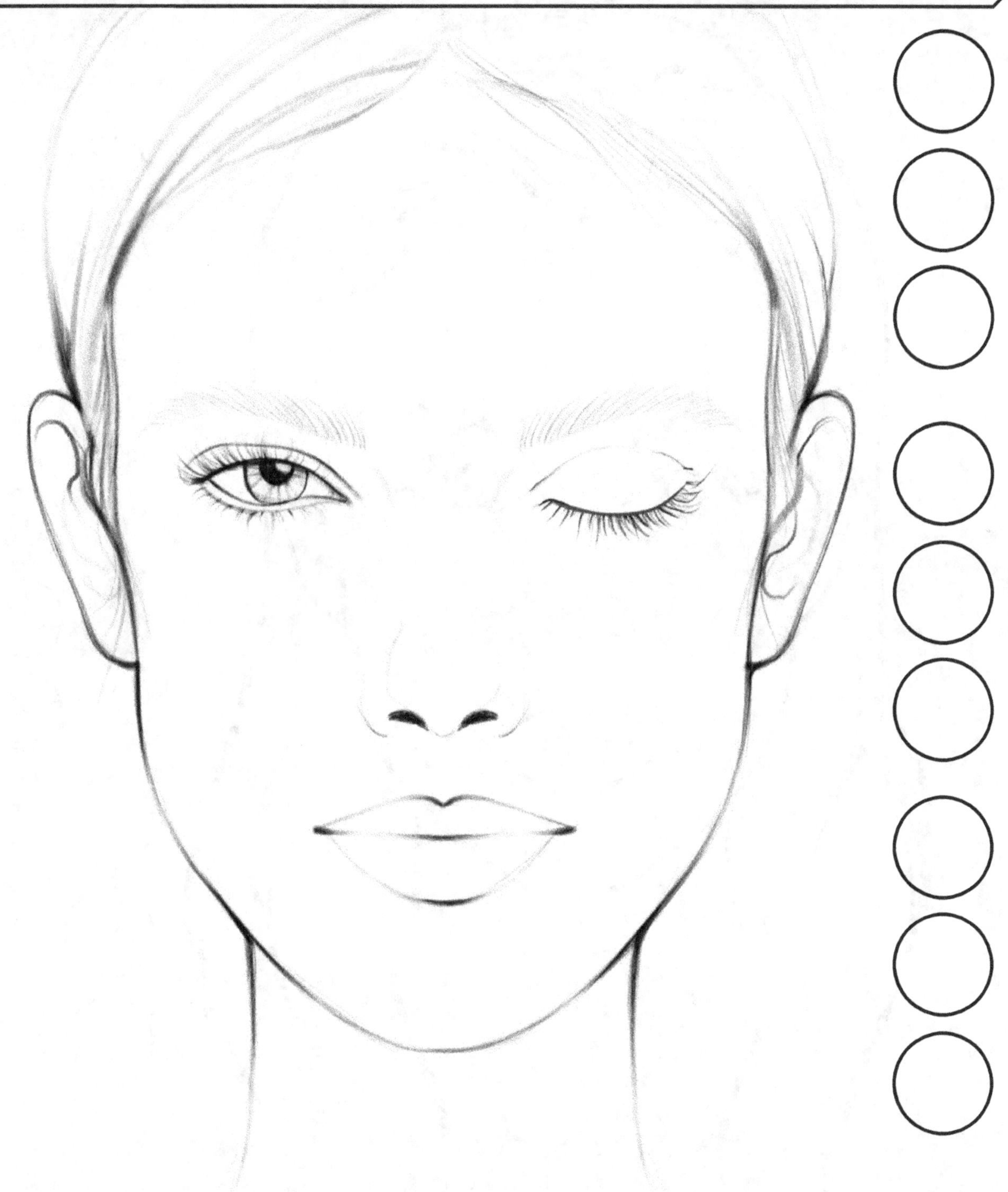

MAKEUP STYLE:_________________________ TYPE:______________

FOUNDATION:___________________________ DURATION:__________

POWDER:_______________________________ DATE:______________

BLUSH: ________________________________ ARTIST:____________

CONTOUR: ______________________________ EVENT: ____________

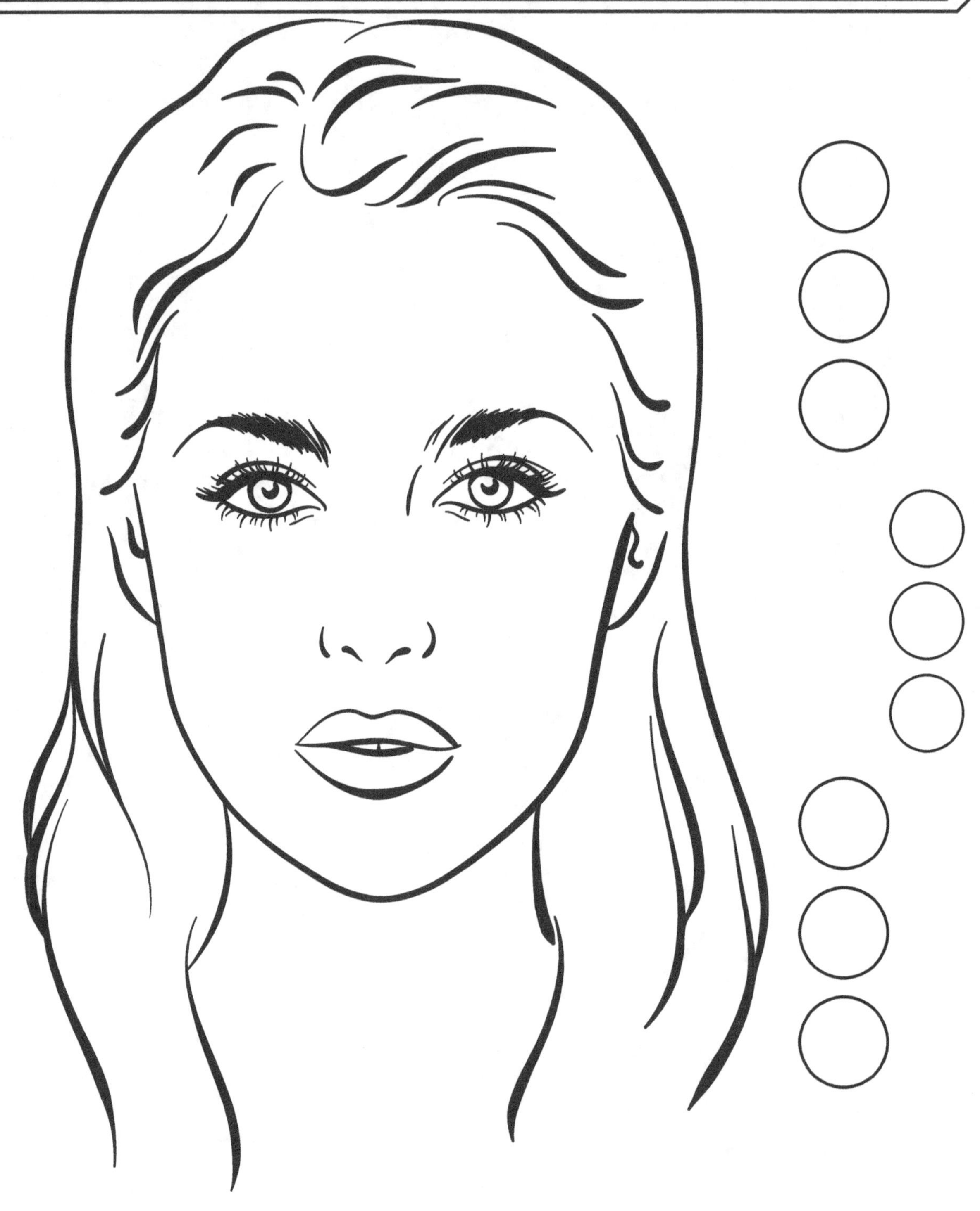

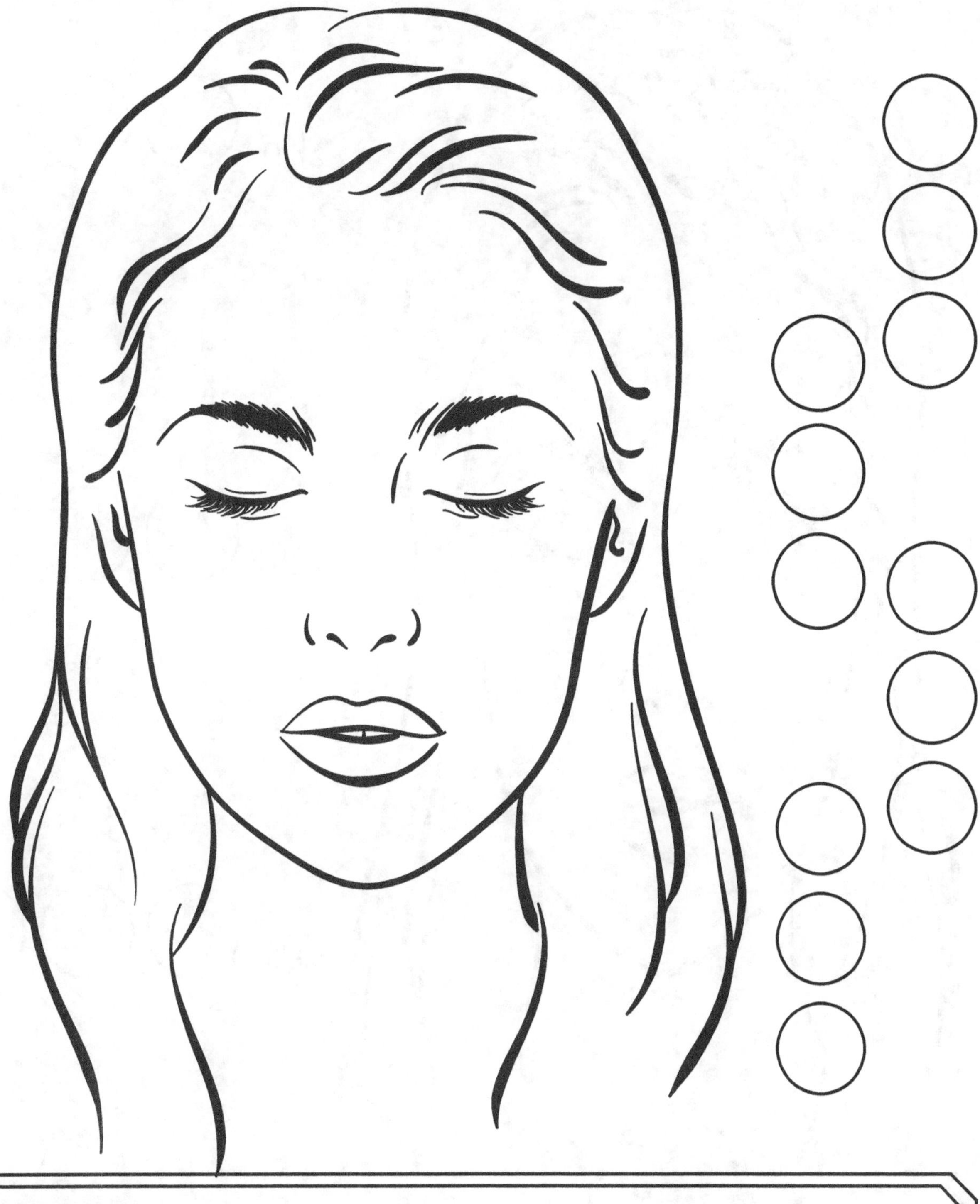

MAKEUP STYLE:________________________ TYPE:____________

FOUNDATION:__________________________ DURATION:__________

POWDER:_______________________________ DATE:_____________

BLUSH: _______________________________ ARTIST: __________

CONTOUR: _____________________________ EVENT:___________

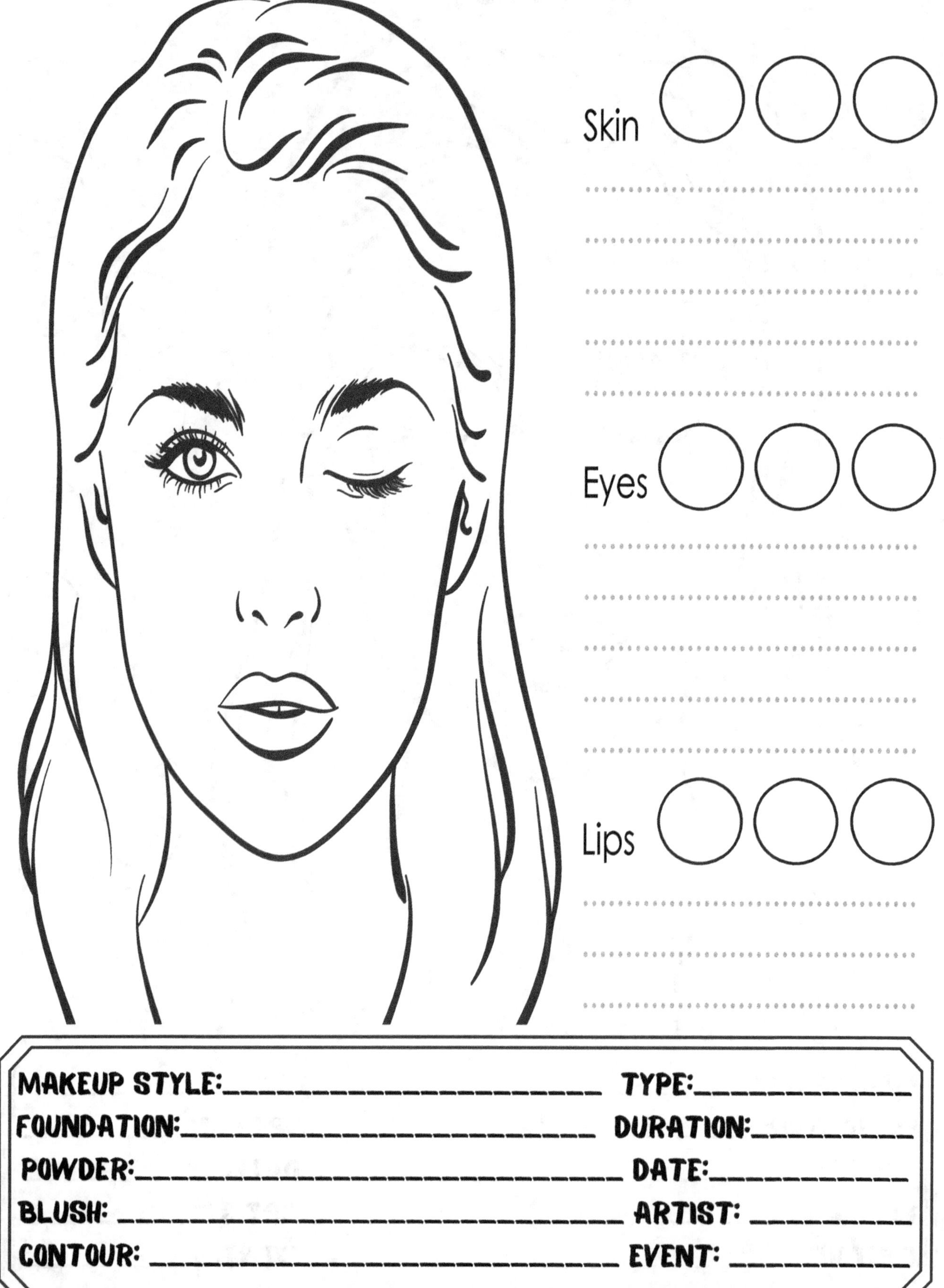

Skin

Eyes

Lips

MAKEUP STYLE:______________________________ TYPE:______________

FOUNDATION:________________________________ DURATION:__________

POWDER:___________________________________ DATE:_____________

BLUSH: ____________________________________ ARTIST: __________

CONTOUR: __________________________________ EVENT: ___________

MAKEUP STYLE:_________________________ TYPE:______________

FOUNDATION:___________________________ DURATION:__________

POWDER:_______________________________ DATE:______________

BLUSH: ________________________________ ARTIST: ____________

CONTOUR: ______________________________ EVENT: ____________

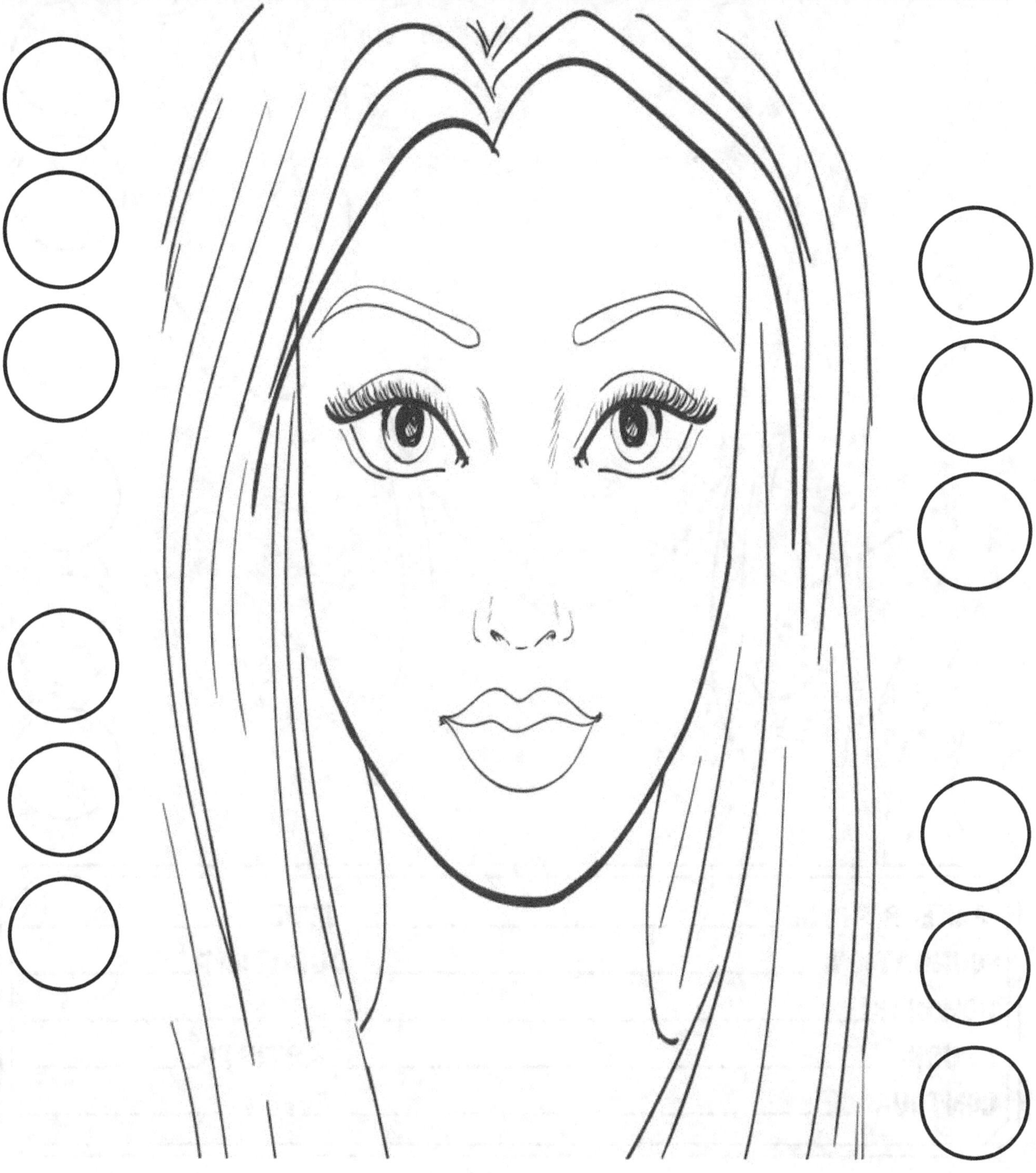

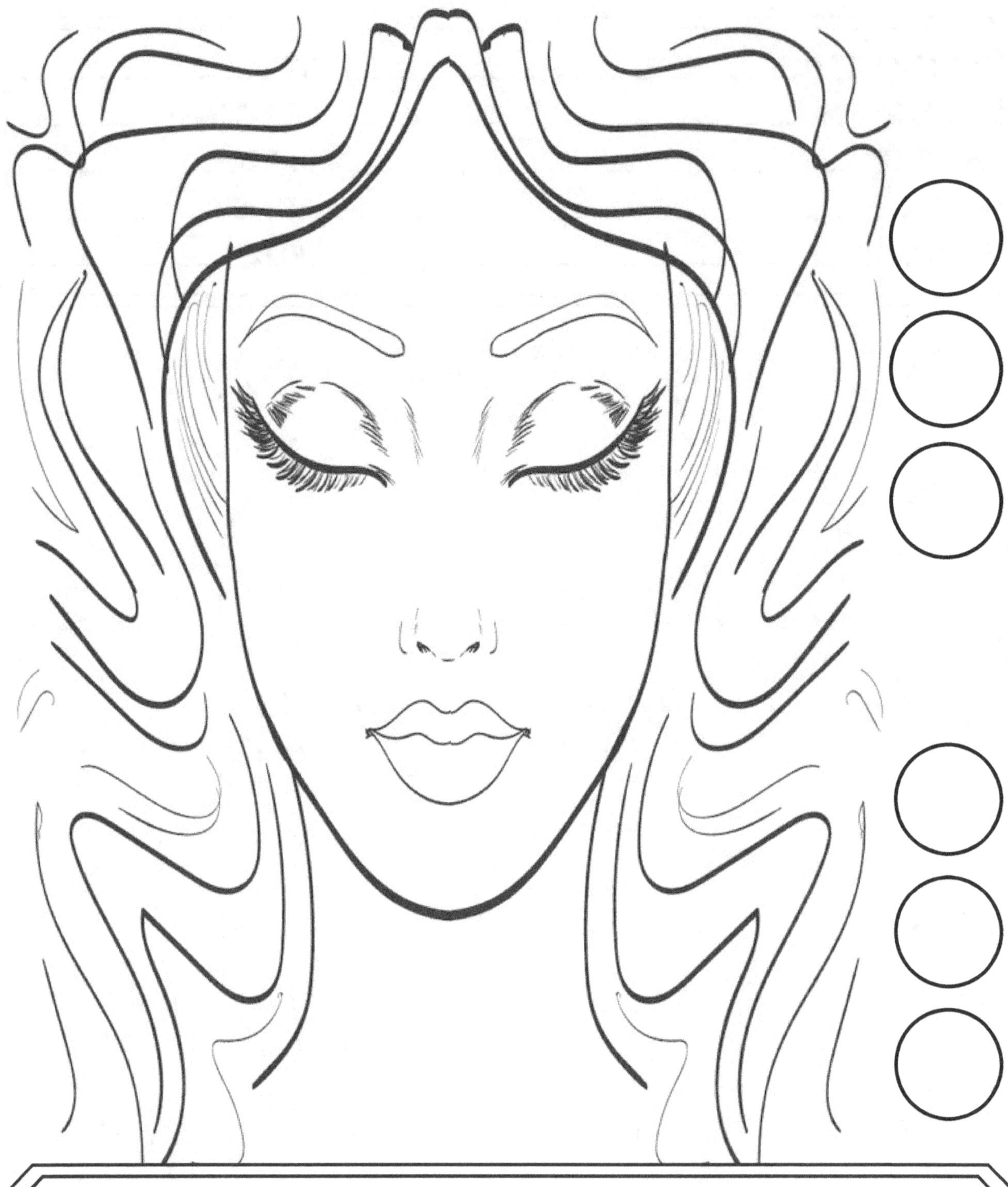

MAKEUP STYLE:_____________________________ TYPE:______________

FOUNDATION:______________________________ DURATION:__________

POWDER:__________________________________ DATE:_____________

BLUSH: ___________________________________ ARTIST: ___________

CONTOUR: ________________________________ EVENT: ___________

MAKEUP STYLE:_________________________________ TYPE:______________

FOUNDATION:_________________________________ DURATION:__________

POWDER:____________________________________ DATE:______________

BLUSH: _____________________________________ ARTIST:____________

CONTOUR: ___________________________________ EVENT: ____________

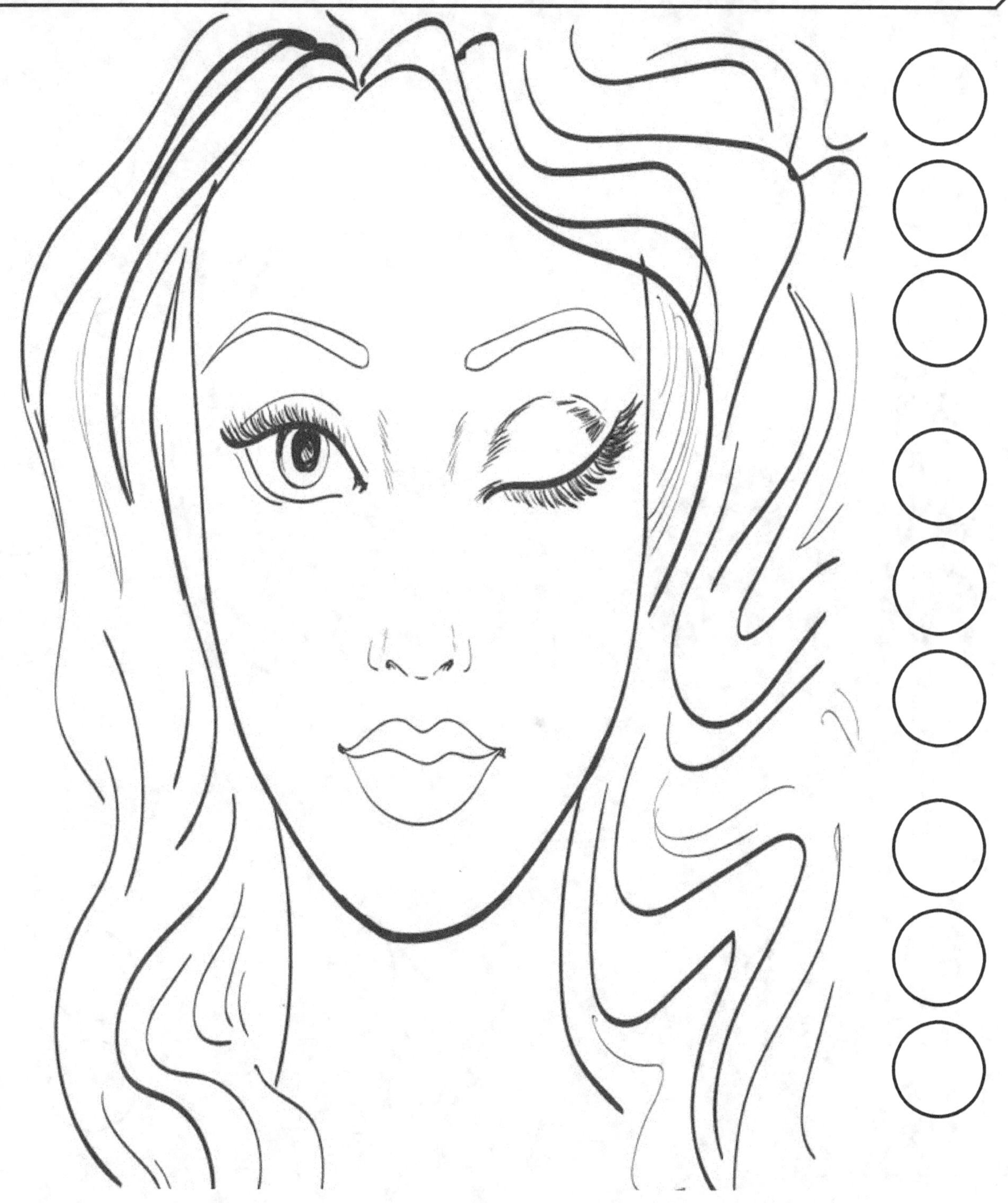

MAKEUP STYLE:_________________________ TYPE:______________
FOUNDATION:___________________________ DURATION:_________
POWDER:______________________________ DATE:____________
BLUSH: _______________________________ ARTIST:
CONTOUR: _____________________________ EVENT: __________

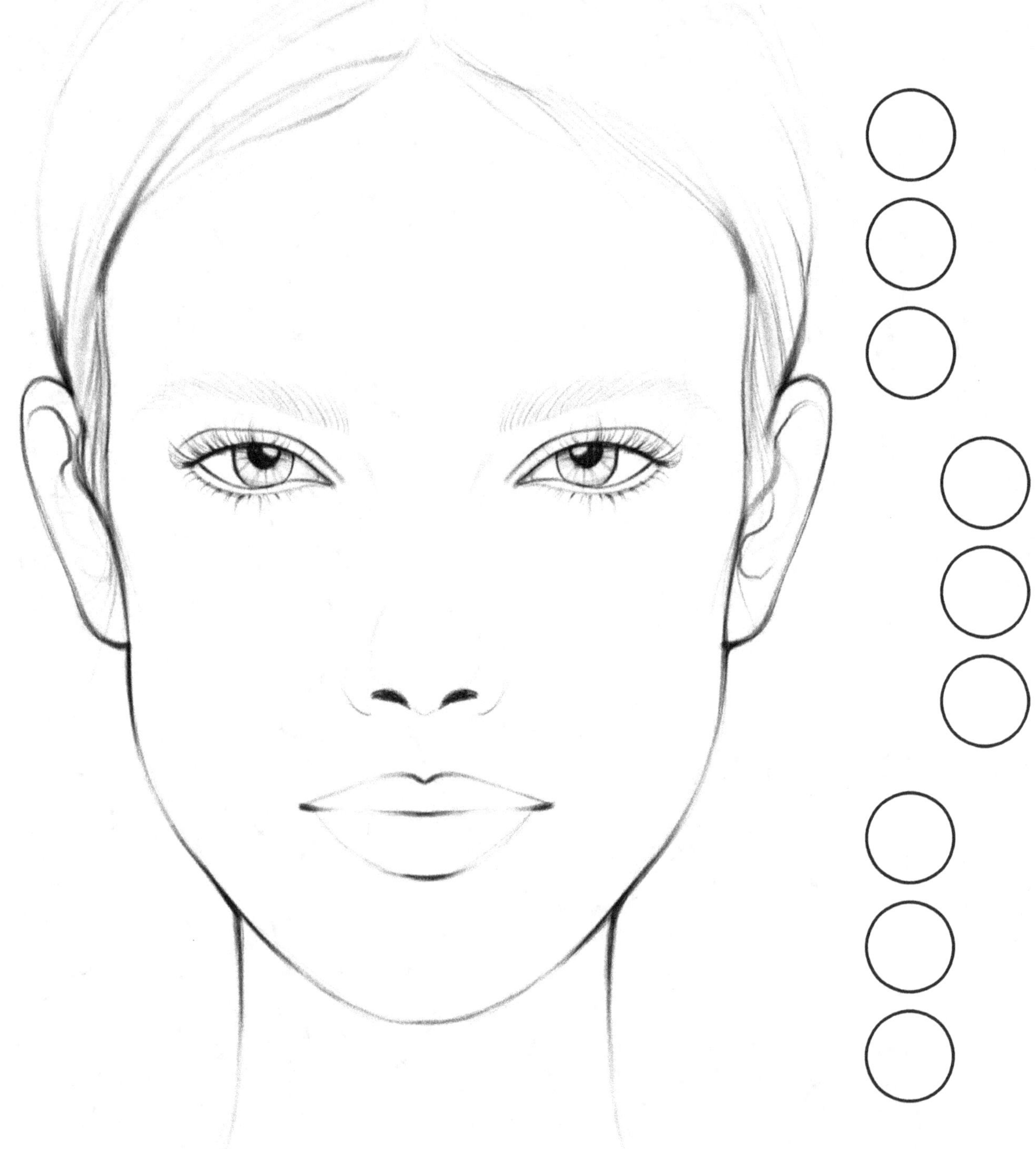

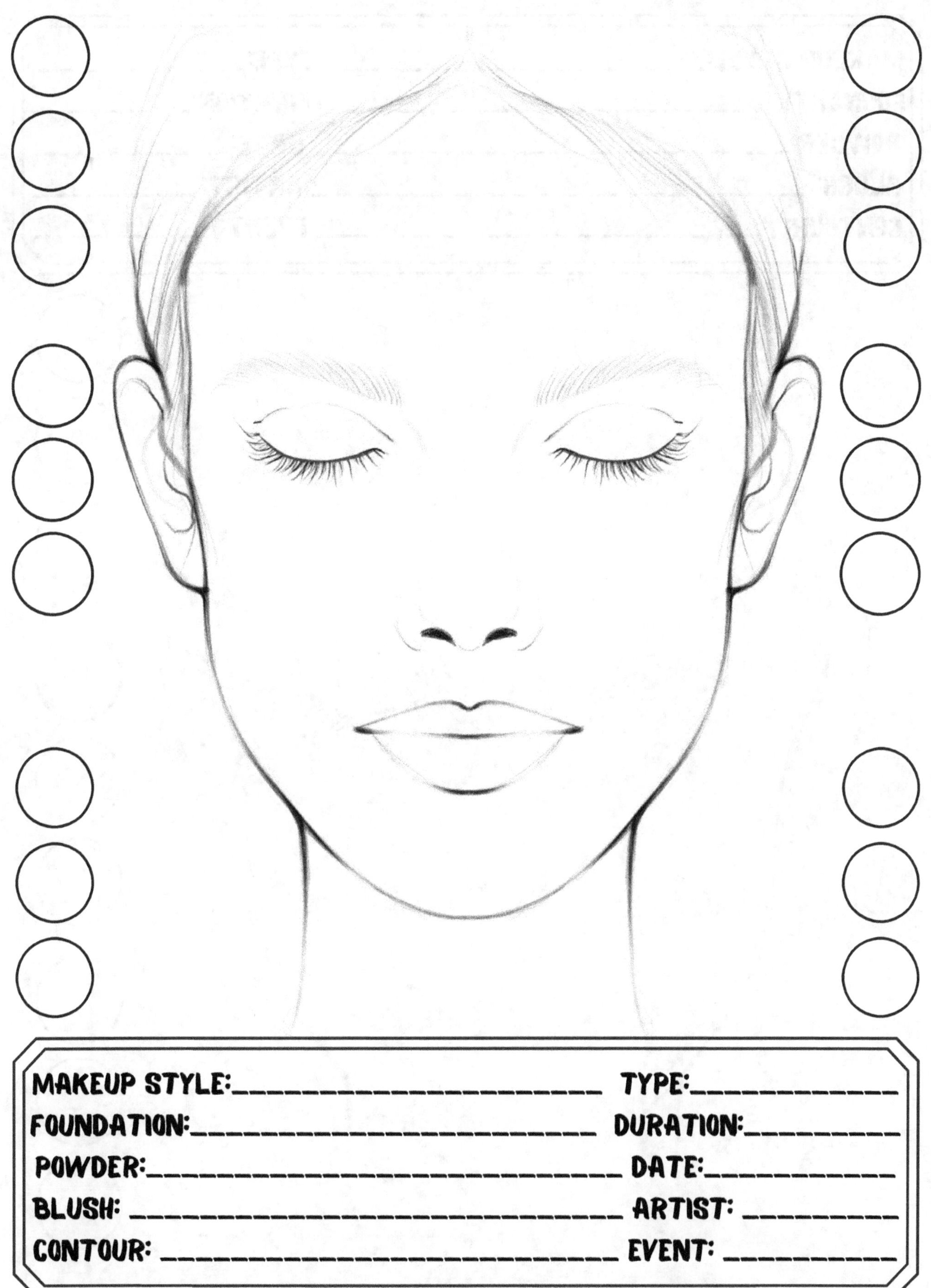

MAKEUP STYLE:_____________________ TYPE:____________
FOUNDATION:_____________________ DURATION:__________
POWDER:_____________________ DATE:____________
BLUSH: _____________________ ARTIST: ___________
CONTOUR: _____________________ EVENT: ___________

MAKEUP STYLE:________________________ TYPE:____________
FOUNDATION:__________________________ DURATION:________
POWDER:______________________________ DATE:____________
BLUSH: ______________________________ ARTIST:__________
CONTOUR: ____________________________ EVENT:___________

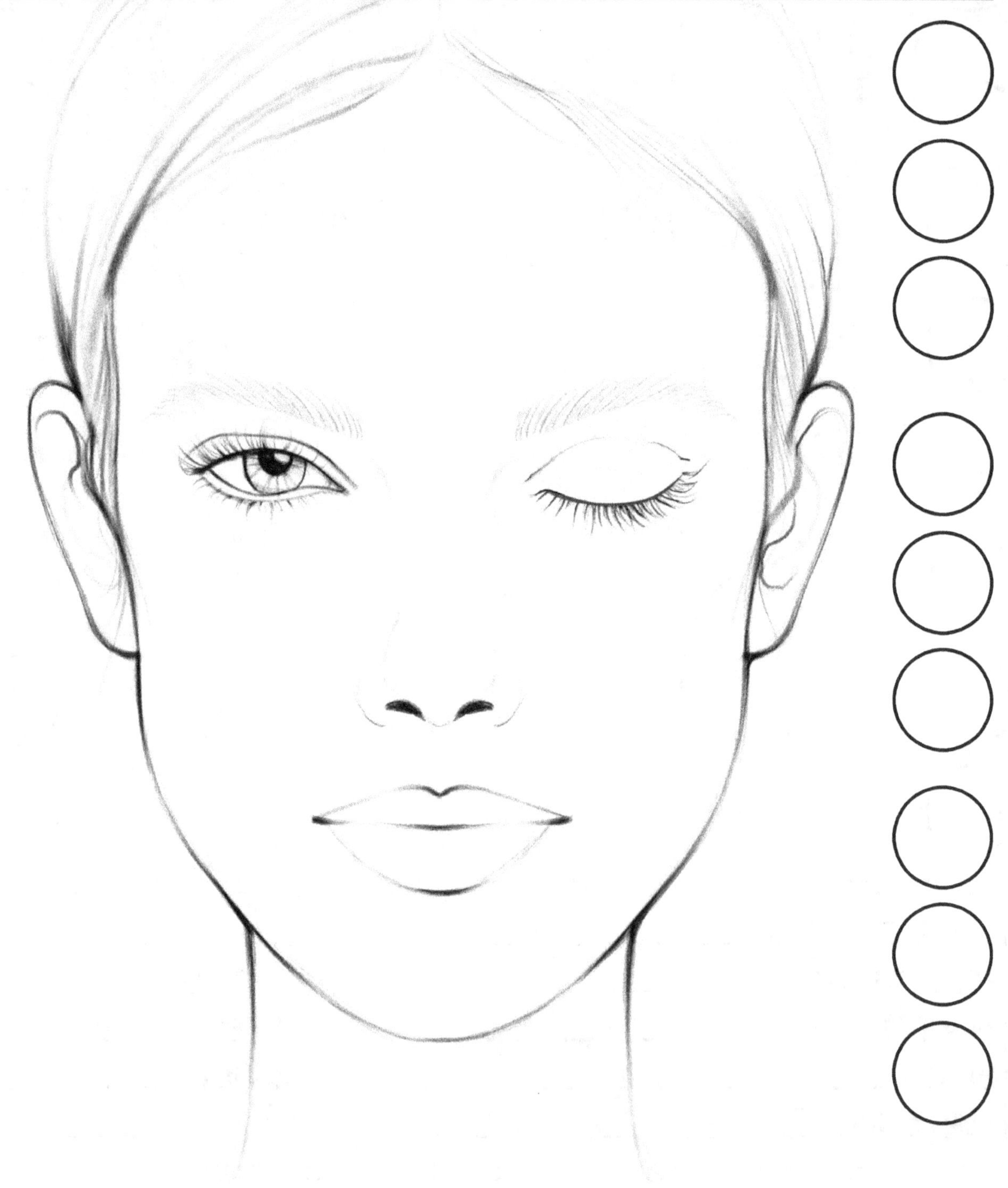

MAKEUP STYLE:_________________________ TYPE:______________

FOUNDATION:______________________________ DURATION:__________

POWDER:_______________________________ DATE:____________

BLUSH: ________________________________ ARTIST:__________

CONTOUR: _____________________________ EVENT: __________

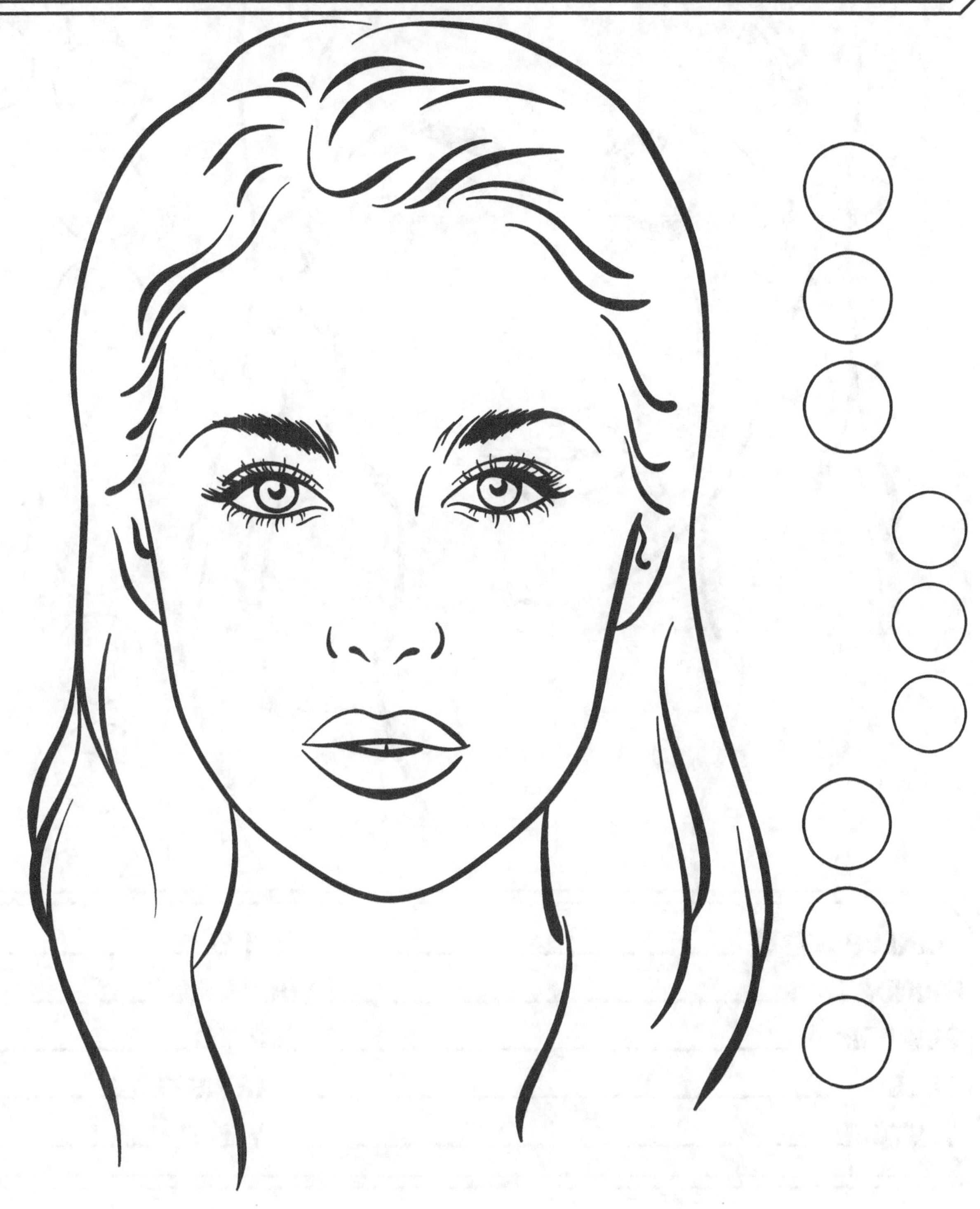

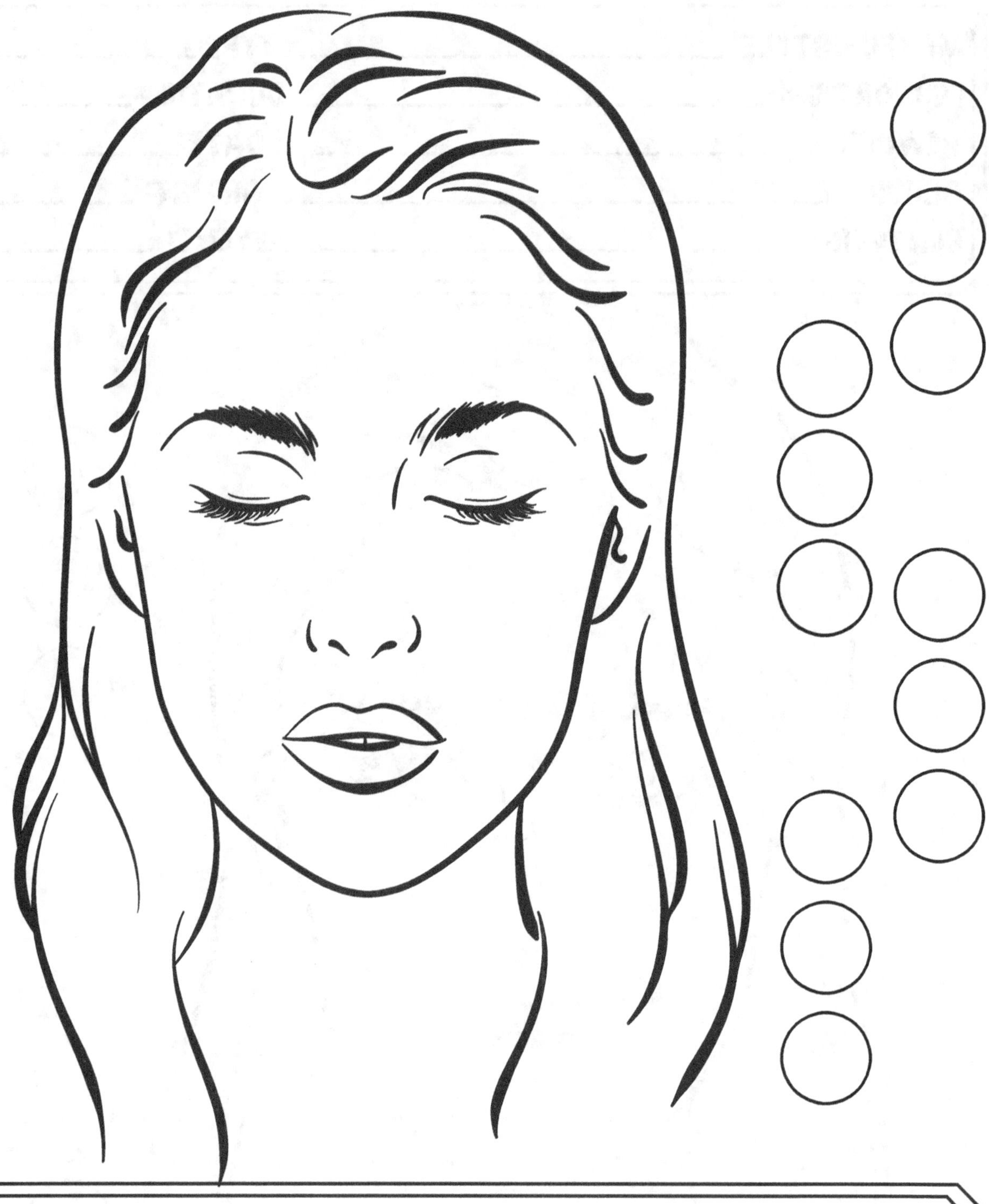

MAKEUP STYLE:_______________________ **TYPE:**_____________

FOUNDATION:_______________________ **DURATION:**__________

POWDER:_______________________ **DATE:**_____________

BLUSH: _______________________ **ARTIST:** __________

CONTOUR: _______________________ **EVENT:** __________

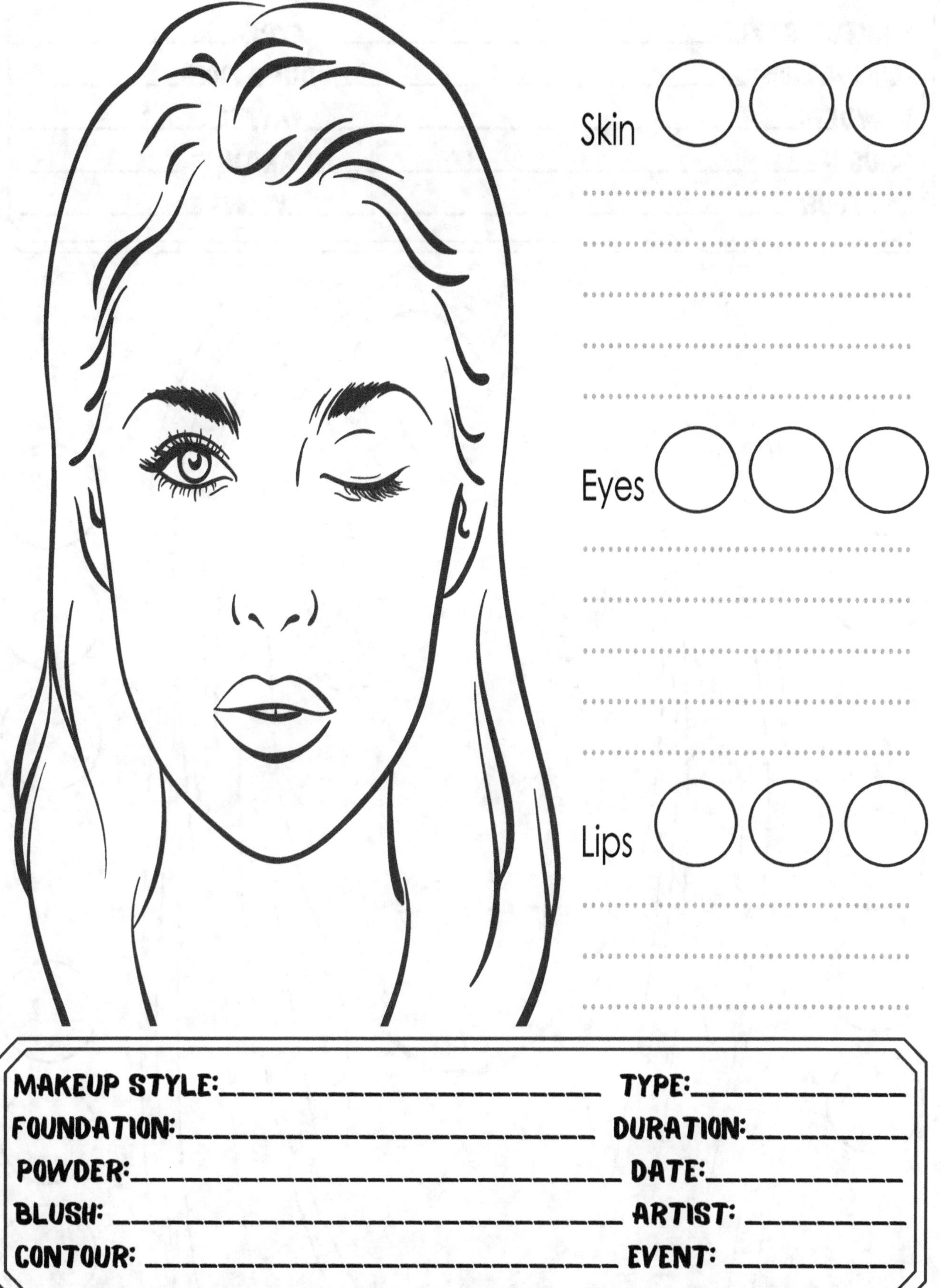

Skin

Eyes

Lips

MAKEUP STYLE:______________________________ TYPE:______________
FOUNDATION:________________________________ DURATION:___________
POWDER:___________________________________ DATE:_____________
BLUSH: ____________________________________ ARTIST: ___________
CONTOUR: _________________________________ EVENT: ___________

MAKEUP STYLE:_____________________________ TYPE:______________

FOUNDATION:______________________________ DURATION:___________

POWDER:__________________________________ DATE:______________

BLUSH: ___________________________________ ARTIST:____________

CONTOUR: _________________________________ EVENT: ____________

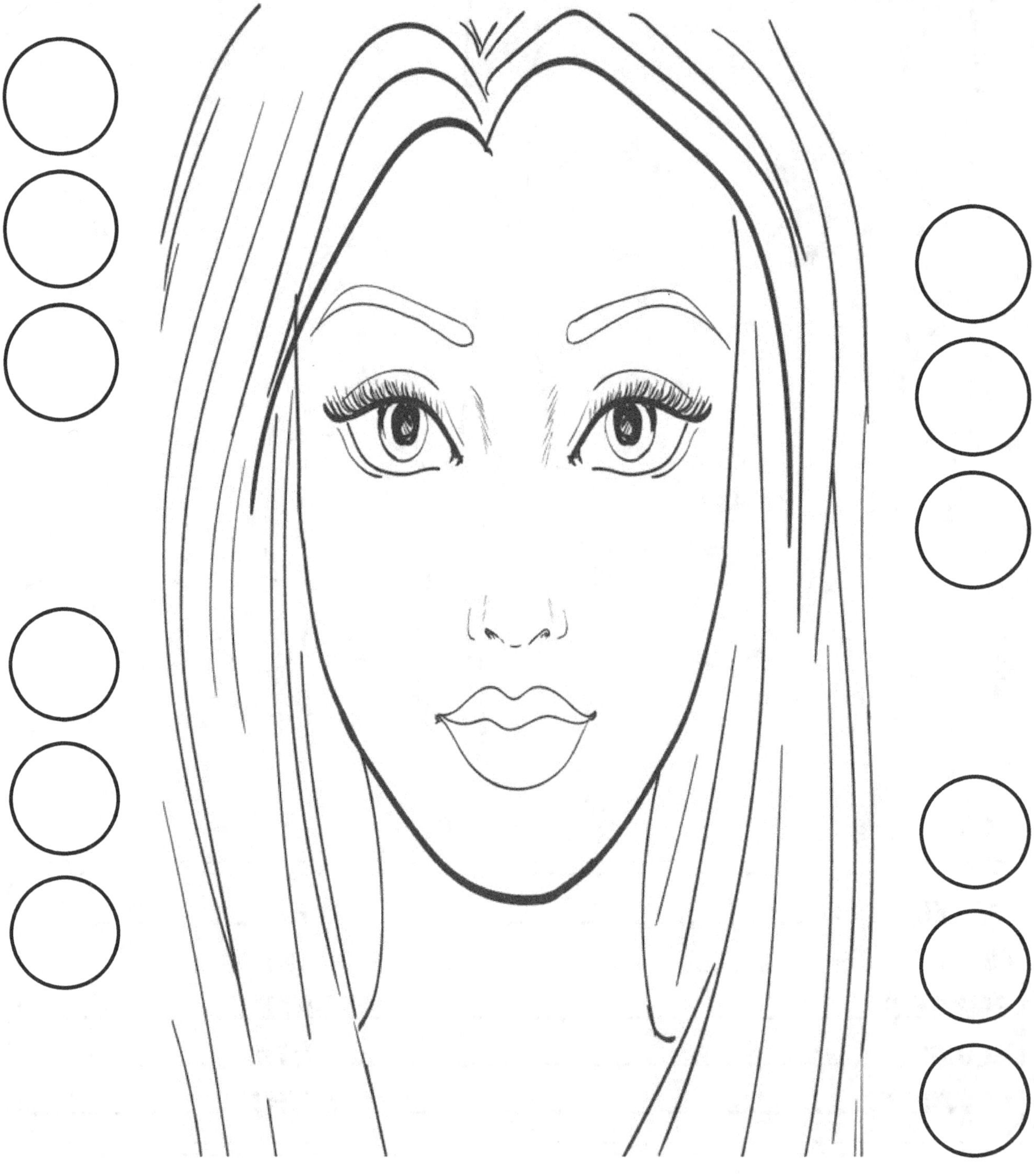

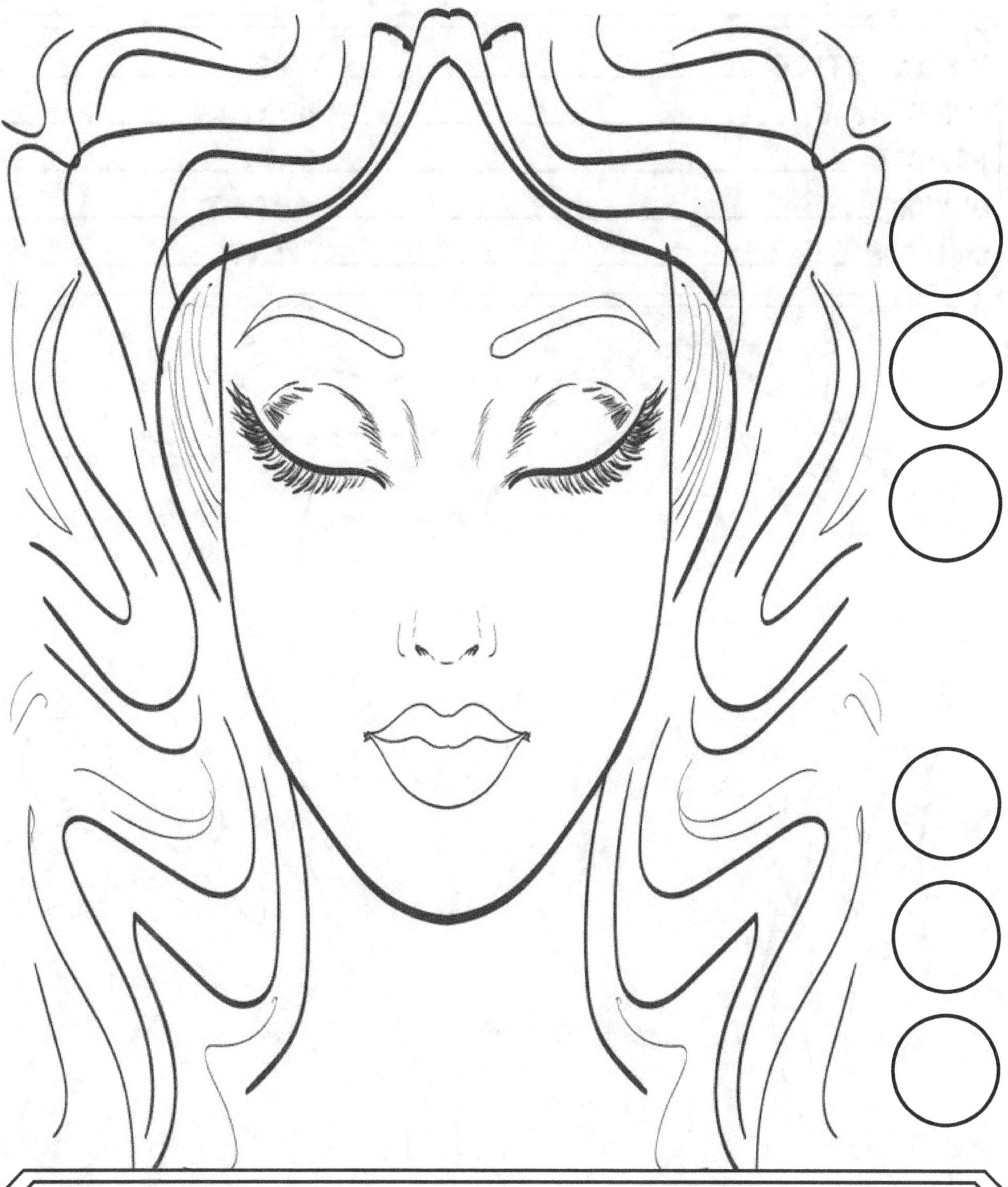

MAKEUP STYLE:_________________________ **TYPE:**____________

FOUNDATION:___________________________ **DURATION:**__________

POWDER:______________________________ **DATE:**____________

BLUSH: _______________________________ **ARTIST:** __________

CONTOUR: _____________________________ **EVENT:** ___________

MAKEUP STYLE:_____________________________ TYPE:____________
FOUNDATION:_______________________________ DURATION:________
POWDER:___________________________________ DATE:____________
BLUSH: ___________________________________ ARTIST:__________
CONTOUR: _________________________________ EVENT: __________

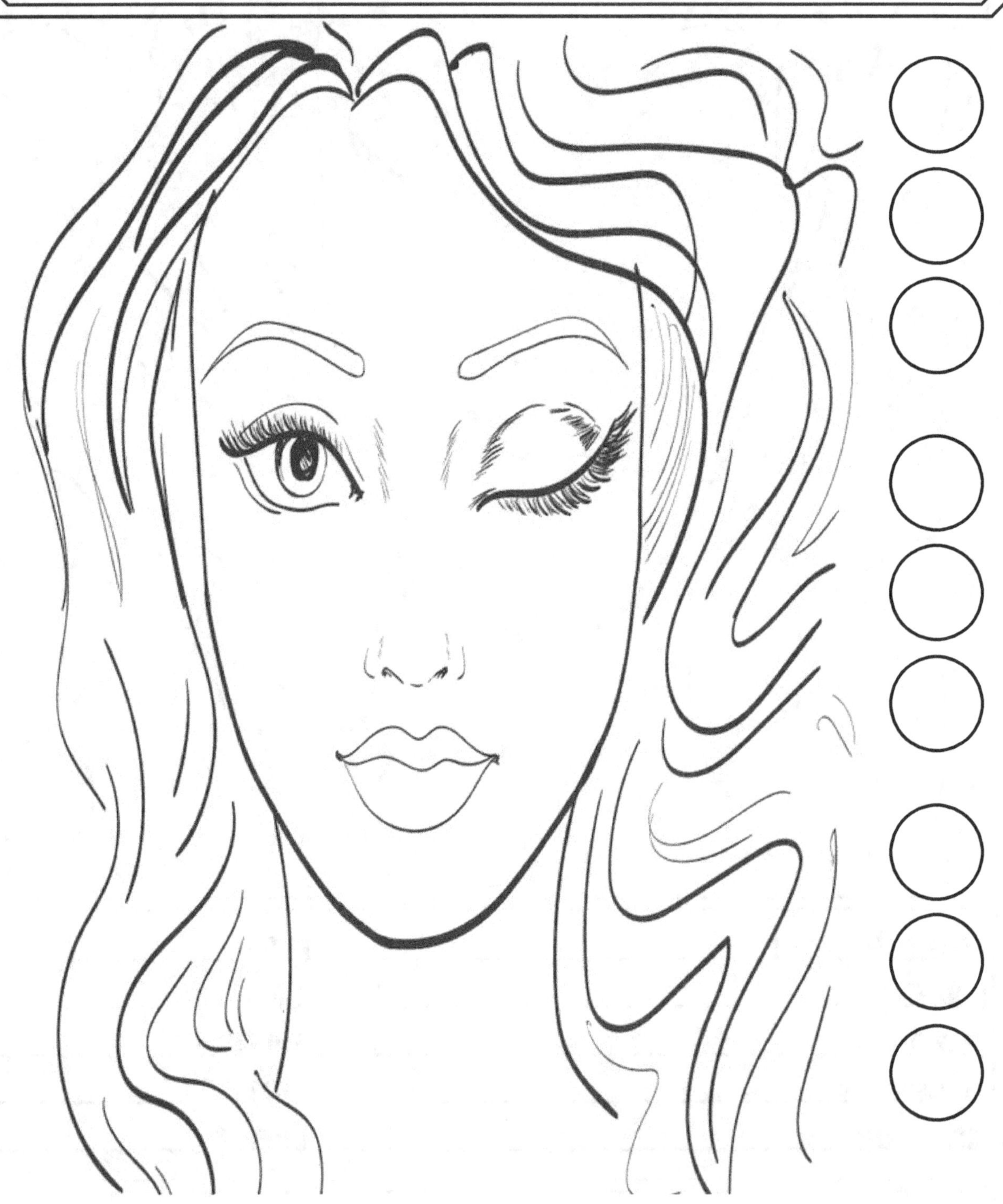

MAKEUP STYLE:________________________ TYPE:______________

FOUNDATION:_________________________ DURATION:___________

POWDER:_____________________________ DATE:_____________

BLUSH: ______________________________ ARTIST:___________

CONTOUR: ___________________________ EVENT: ___________

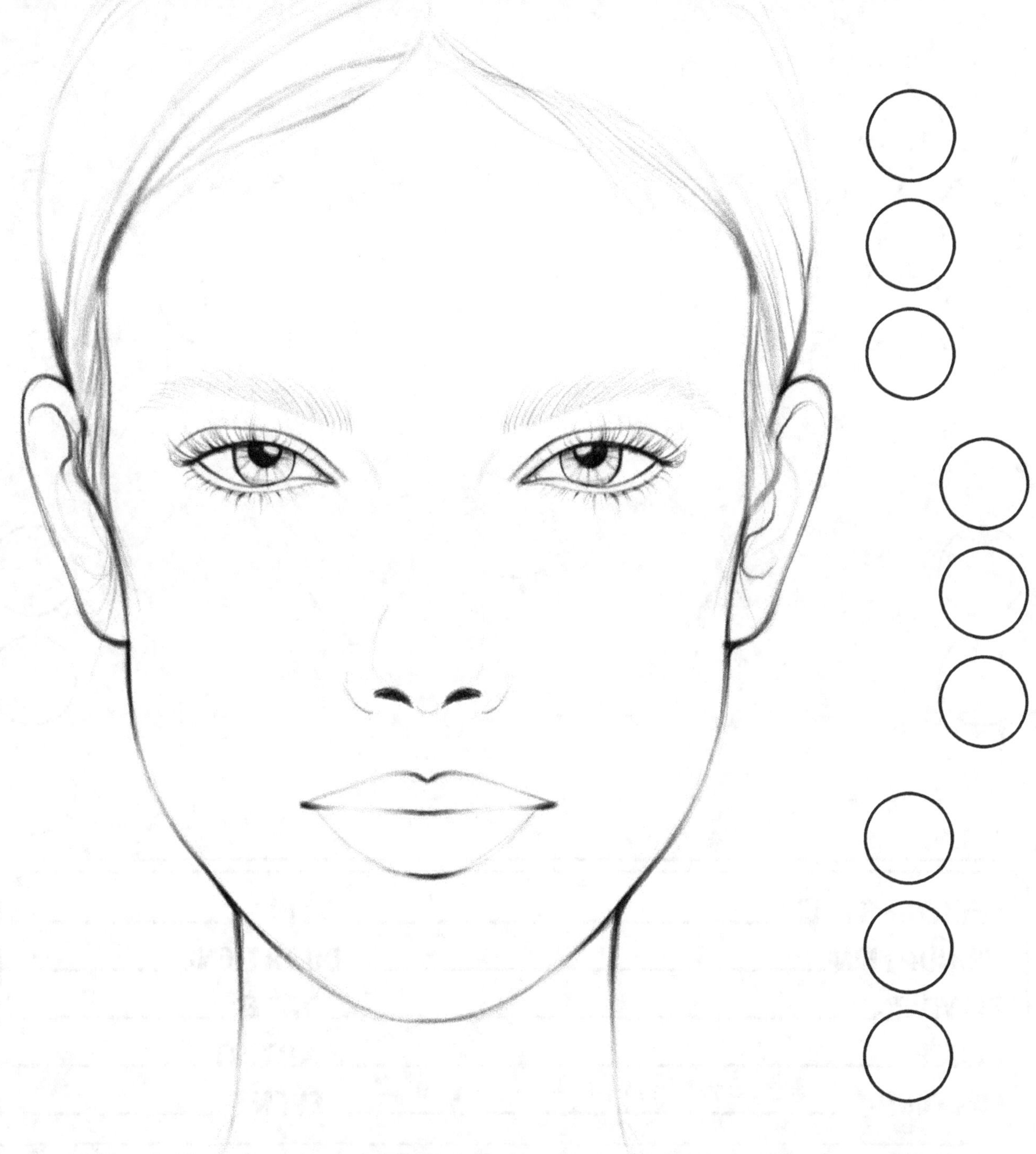

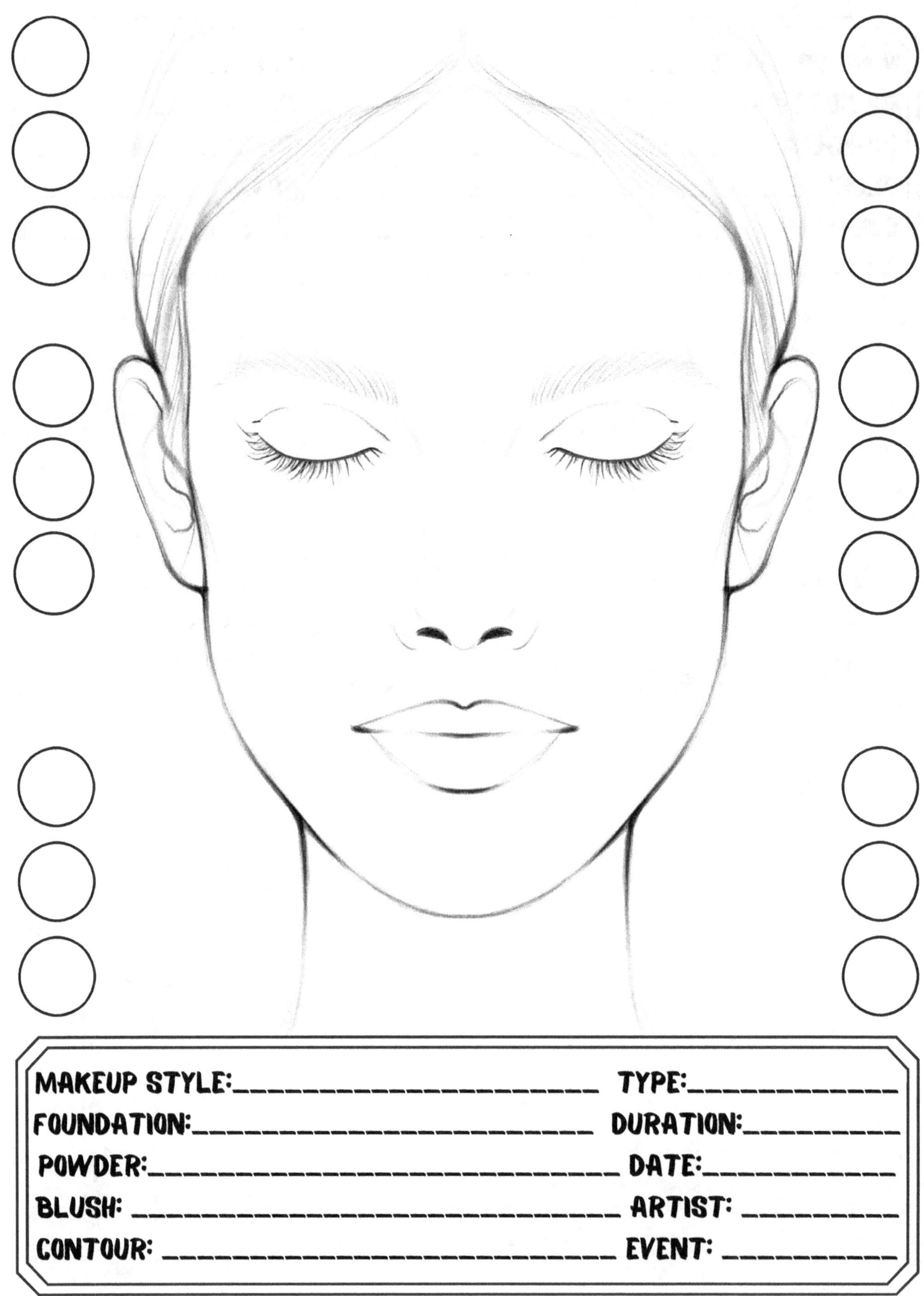

MAKEUP STYLE:____________________________ **TYPE:**______________

FOUNDATION:______________________________ **DURATION:**__________

POWDER:__________________________________ **DATE:**______________

BLUSH: __________________________________ **ARTIST:**____________

CONTOUR: ________________________________ **EVENT:** ____________

MAKEUP STYLE:___________________________ TYPE:______________
FOUNDATION:_____________________________ DURATION:__________
POWDER:_________________________________ DATE:______________
BLUSH: _________________________________ ARTIST: ___________
CONTOUR: _______________________________ EVENT: ____________

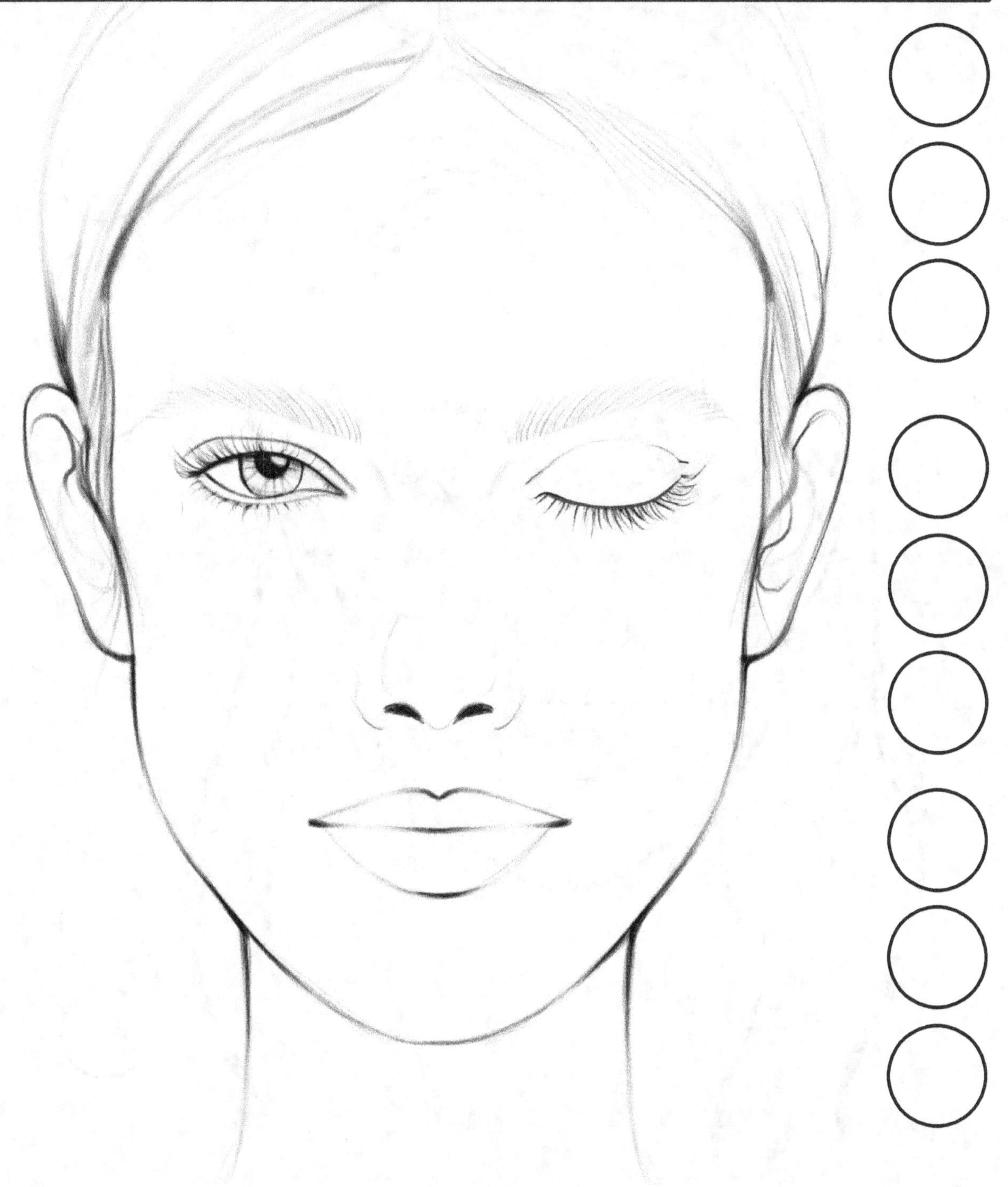

MAKEUP STYLE:_____________________________ TYPE:_______________

FOUNDATION:_______________________________ DURATION:____________

POWDER:___________________________________ DATE:_____________

BLUSH: ____________________________________ ARTIST:______________

CONTOUR: _________________________________ EVENT: ____________

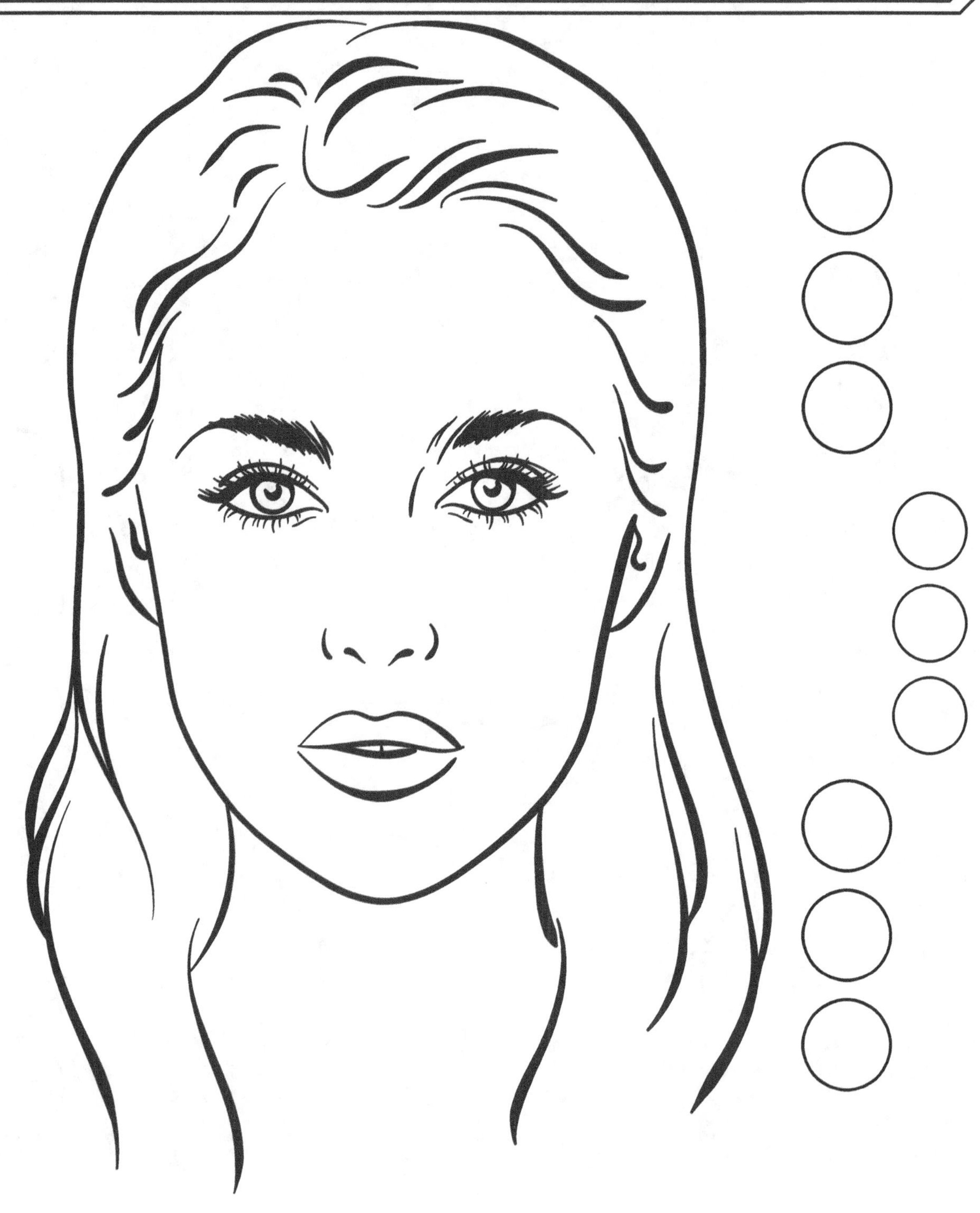

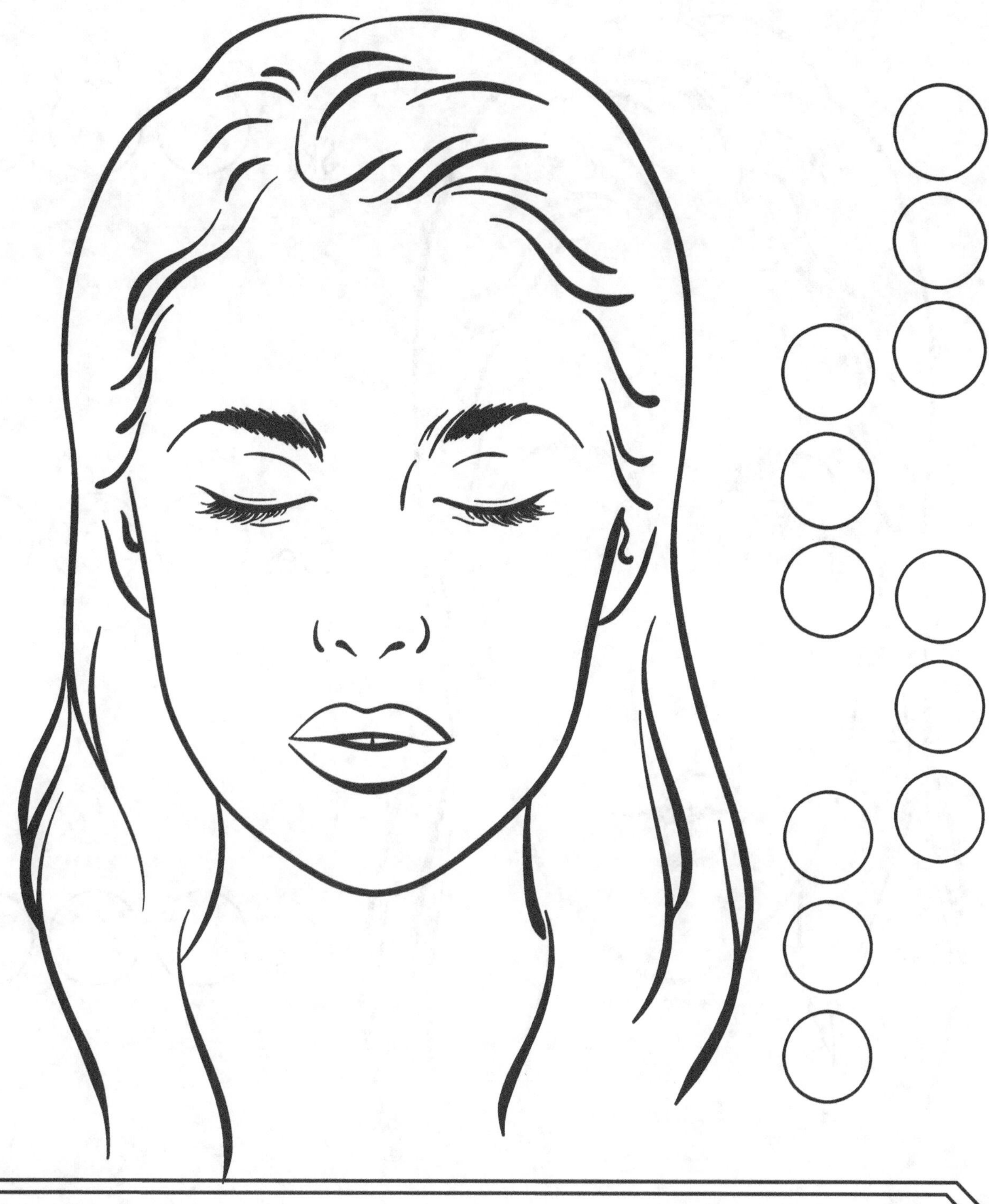

MAKEUP STYLE:_________________________________ TYPE:_______________

FOUNDATION:___________________________________ DURATION:___________

POWDER:_______________________________________ DATE:_____________

BLUSH: ____ ARTIST: ___________

CONTOUR: ______________________________________ EVENT: ___________

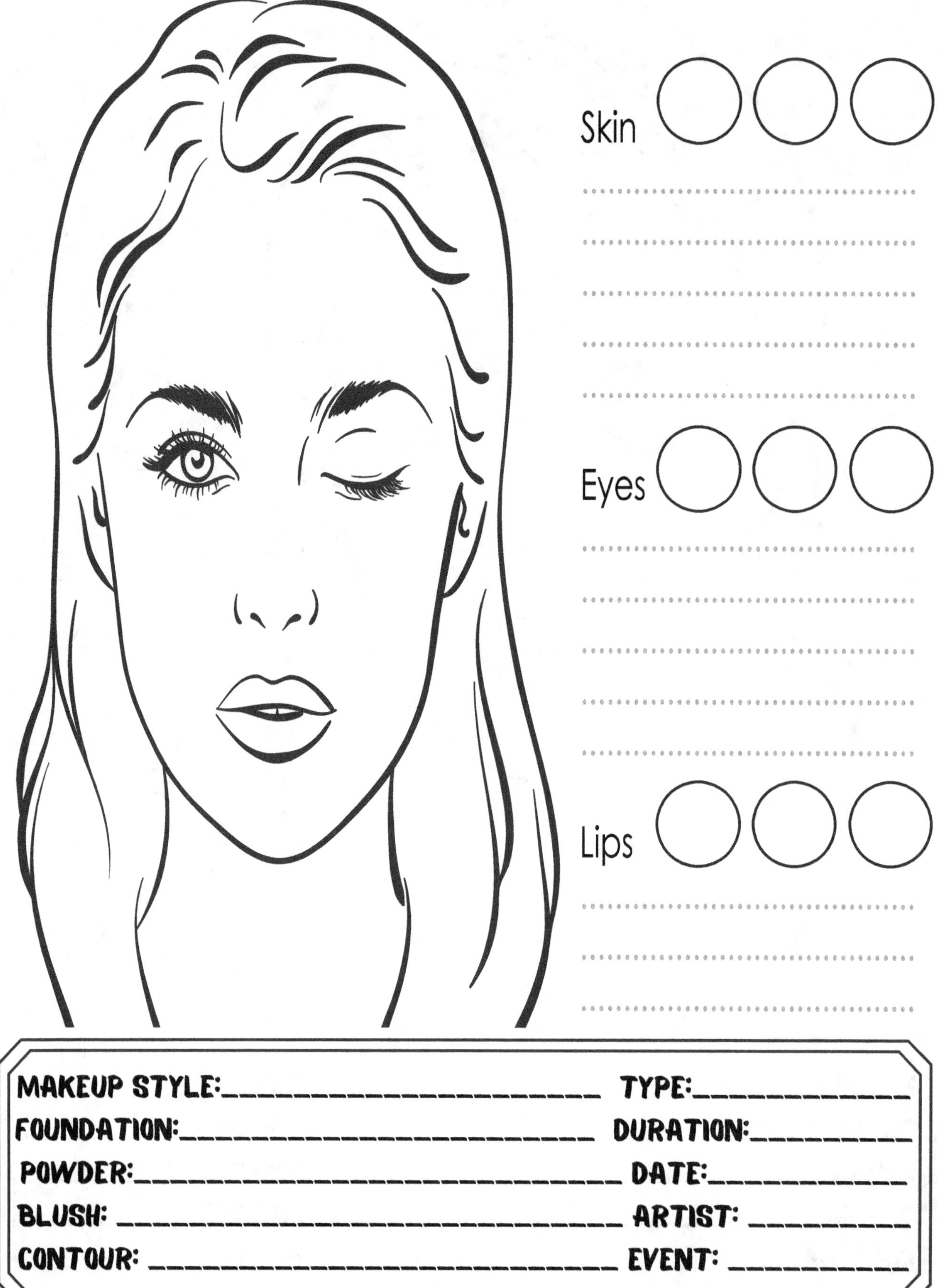

Skin

Eyes

Lips

MAKEUP STYLE:_______________________ TYPE:___________
FOUNDATION:________________________ DURATION:__________
POWDER:___________________________ DATE:____________
BLUSH: ____________________________ ARTIST: _________
CONTOUR: __________________________ EVENT: __________

MAKEUP STYLE:_________________________   TYPE:______________

FOUNDATION:___________________________   DURATION:__________

POWDER:______________________________   DATE:______________

BLUSH: ______________________________   ARTIST: ___________

CONTOUR: ____________________________   EVENT: ____________

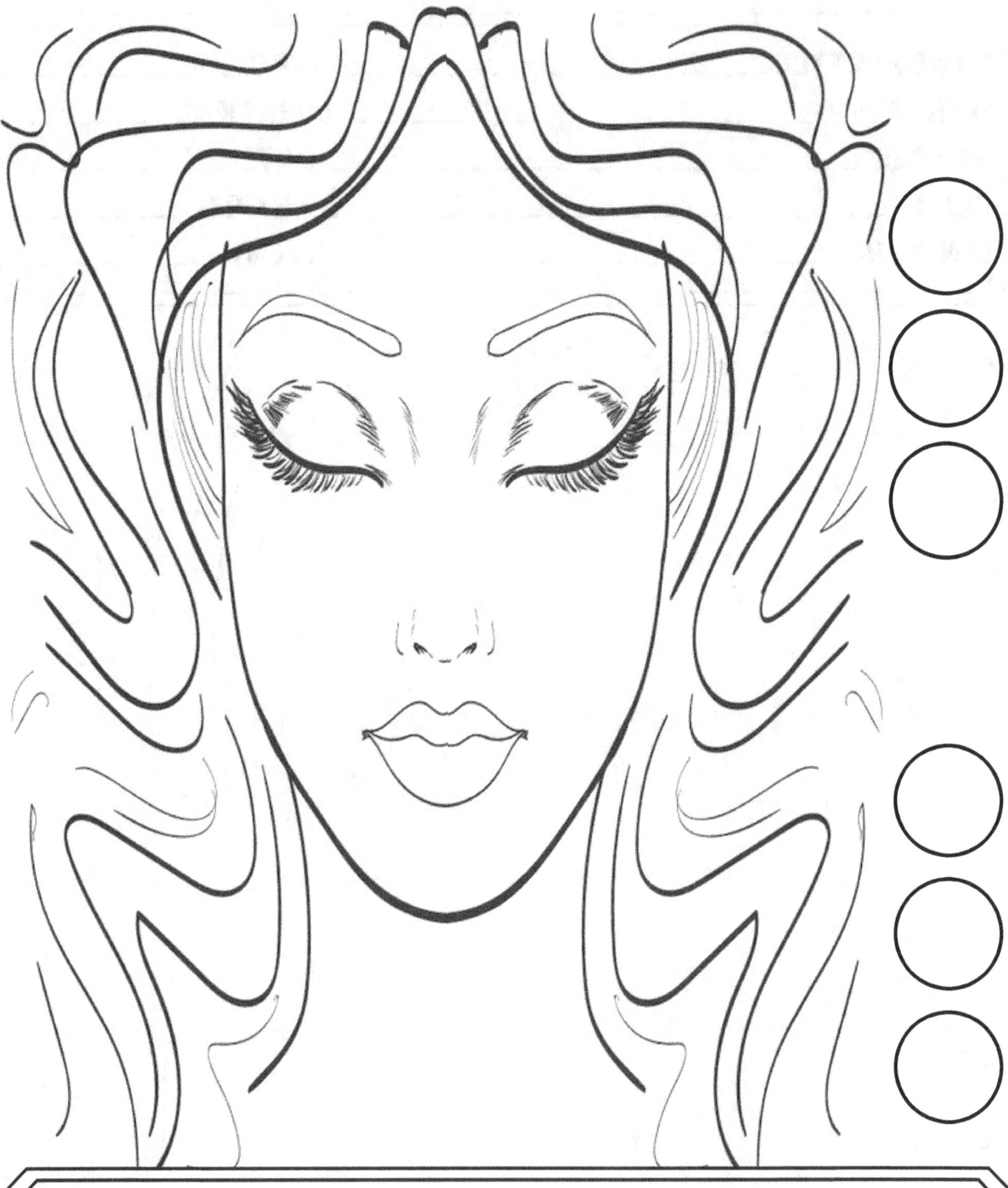

MAKEUP STYLE:________________________ TYPE:____________
FOUNDATION:__________________________ DURATION:________
POWDER:______________________________ DATE:____________
BLUSH: _______________________________ ARTIST: __________
CONTOUR: ____________________________ EVENT: __________

MAKEUP STYLE:_________________________ TYPE:______________

FOUNDATION:___________________________ DURATION:________

POWDER:_______________________________ DATE:____________

BLUSH: ________________________________ ARTIST:__________

CONTOUR: ______________________________ EVENT: __________

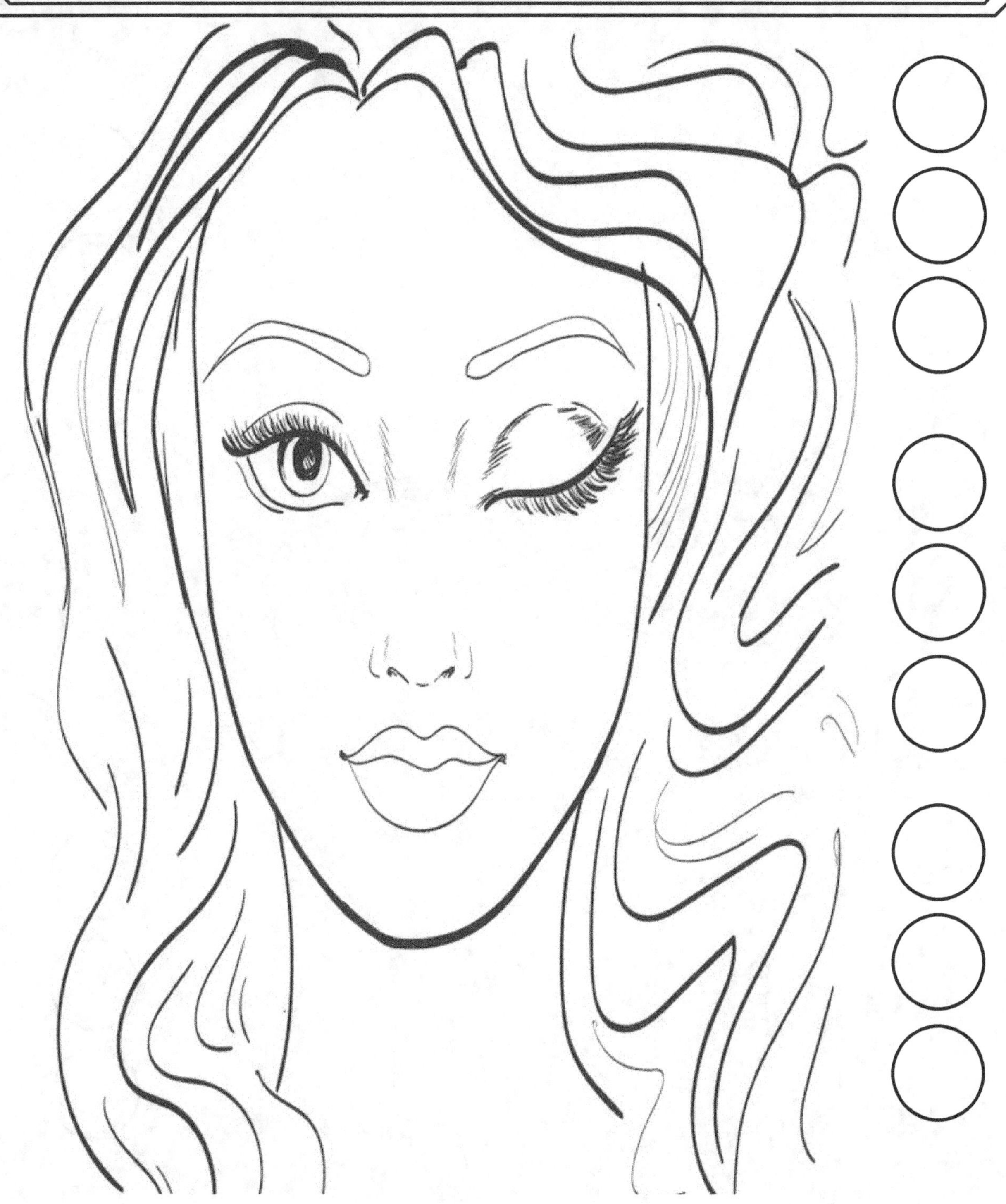

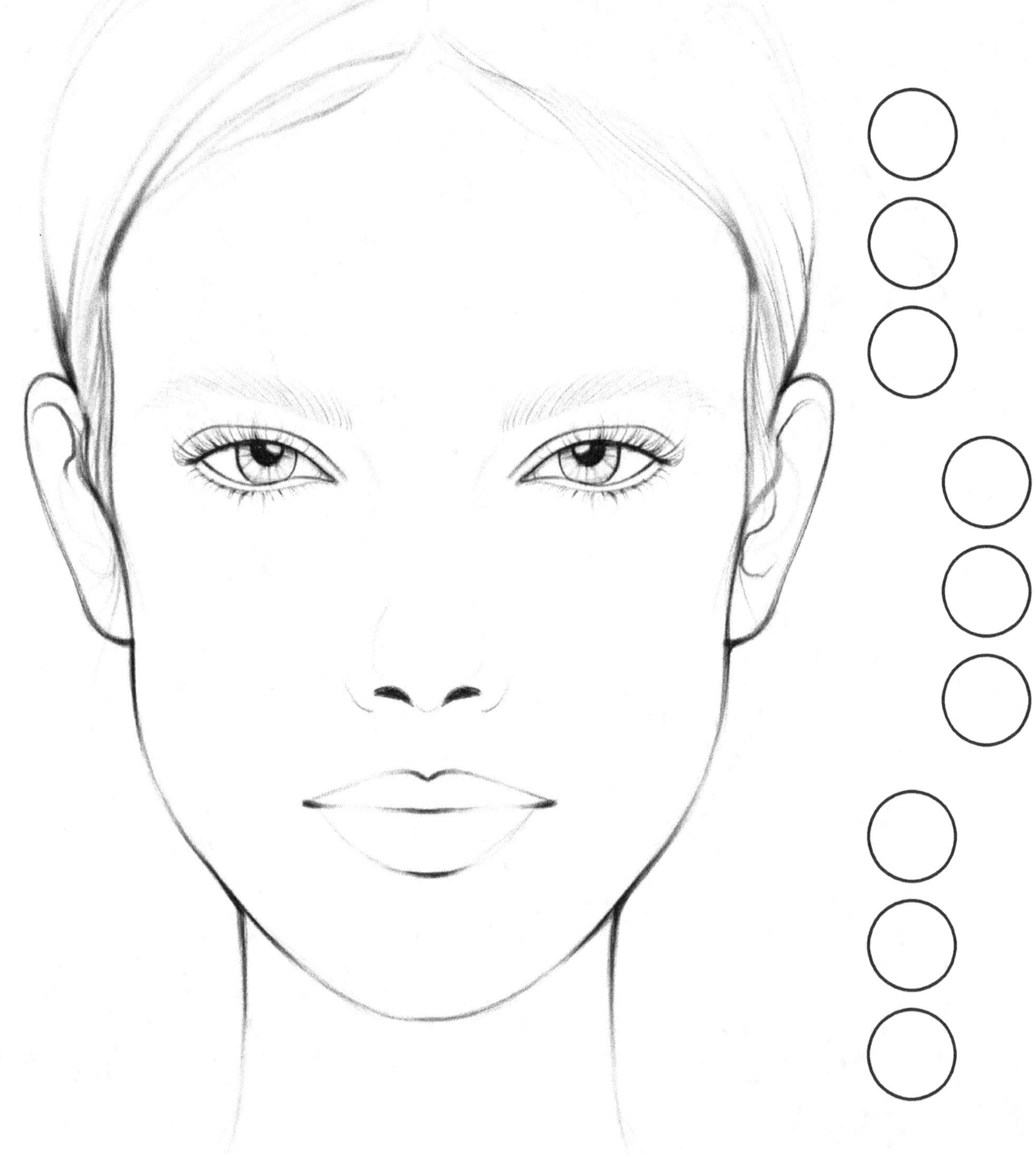

MAKEUP STYLE:_______________________ TYPE:______________
FOUNDATION:_________________________ DURATION:__________
POWDER:_____________________________ DATE:______________
BLUSH: _____________________________ ARTIST: ___________
CONTOUR: ___________________________ EVENT: ____________

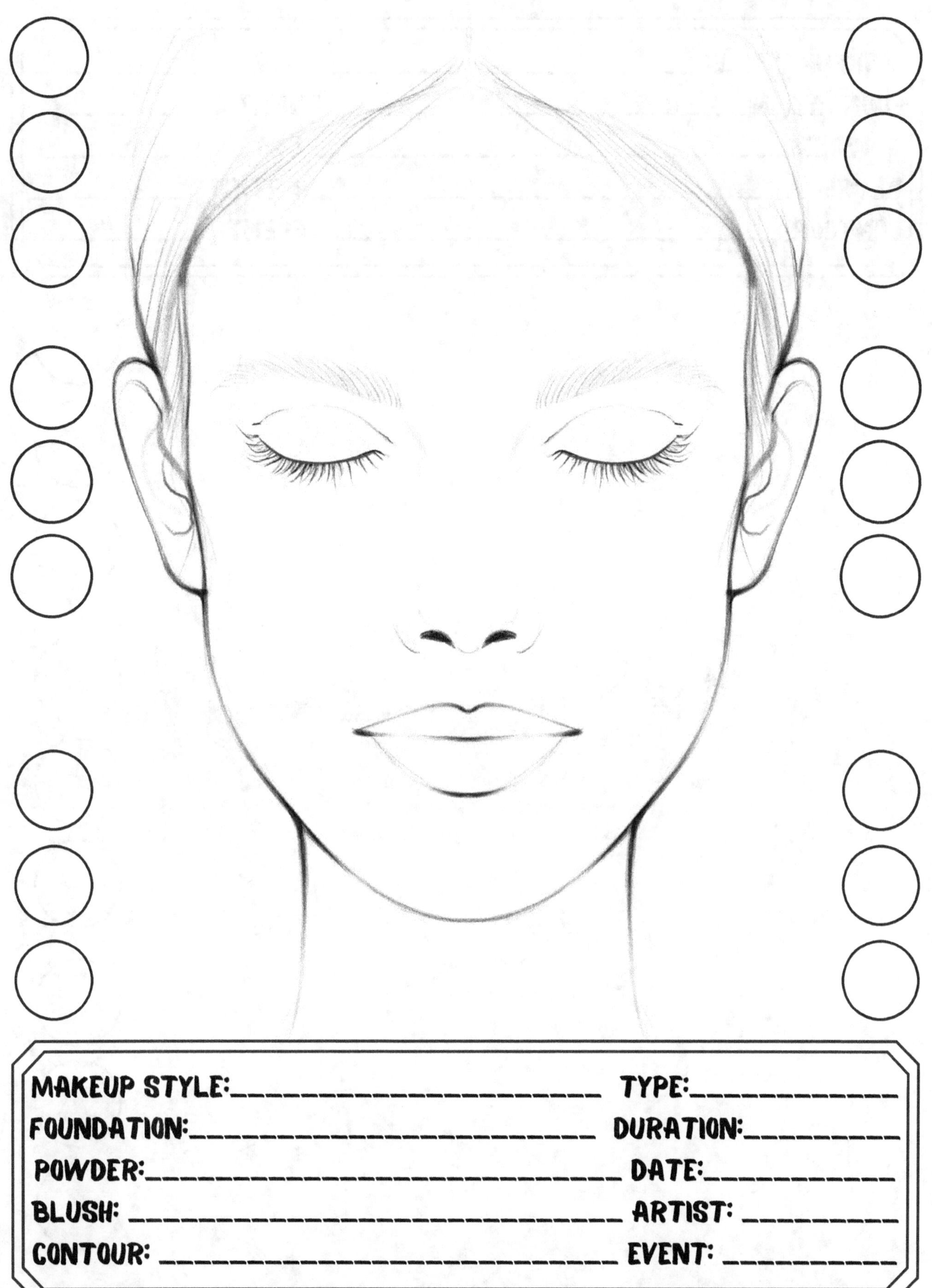

MAKEUP STYLE:____________________________ TYPE:____________

FOUNDATION:______________________________ DURATION:__________

POWDER:__________________________________ DATE:____________

BLUSH: __________________________________ ARTIST: __________

CONTOUR: ________________________________ EVENT: __________

MAKEUP STYLE:_________________________ TYPE:_______________

FOUNDATION:___________________________ DURATION:_________

POWDER:_______________________________ DATE:____________

BLUSH: ________________________________ ARTIST:___________

CONTOUR: ______________________________ EVENT:__________

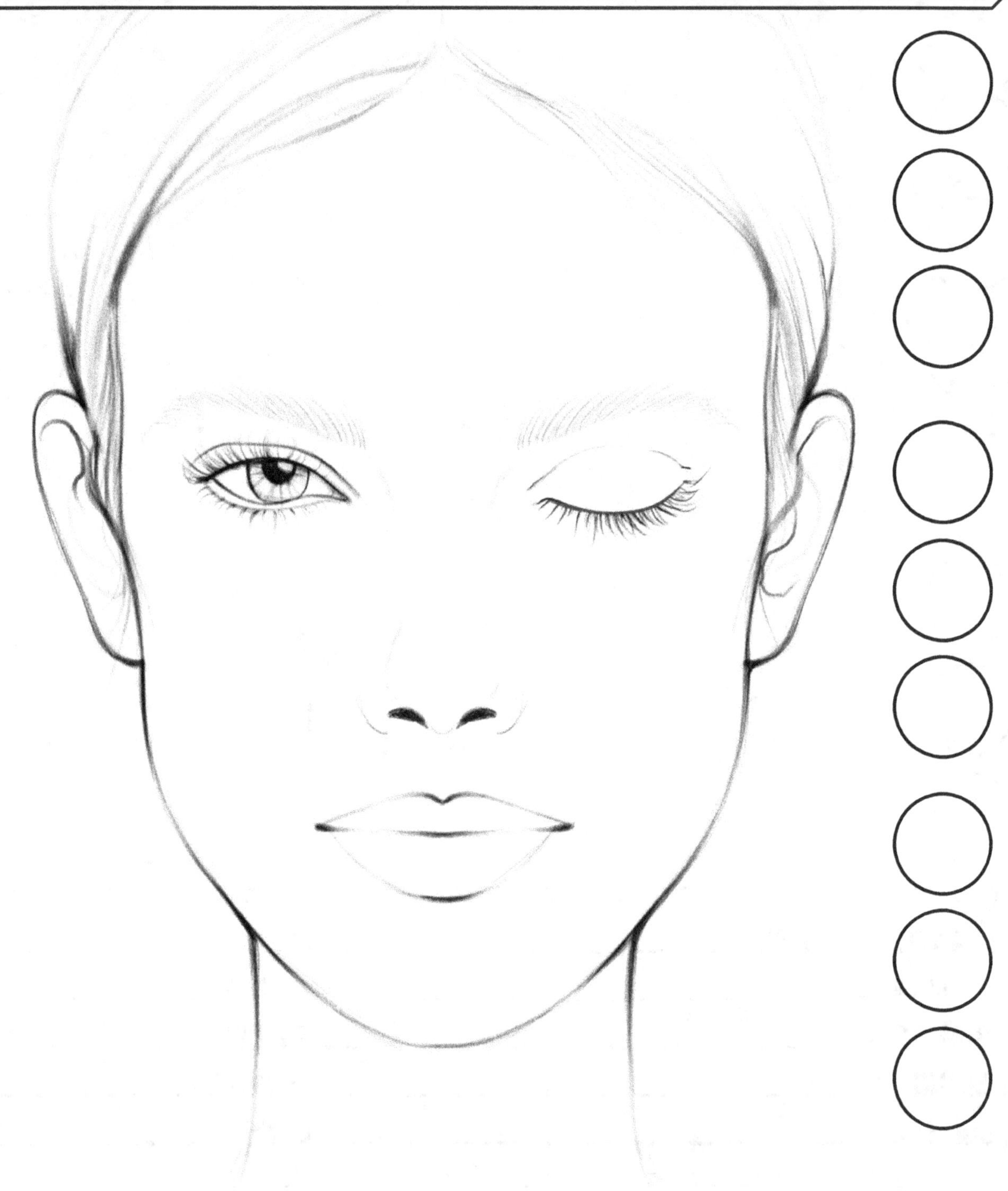

MAKEUP STYLE:_______________________
FOUNDATION:________________________
POWDER:___________________________
BLUSH: ___________________________
CONTOUR: _________________________
TYPE:____________
DURATION:_________
DATE:___________
ARTIST:__________
EVENT: __________

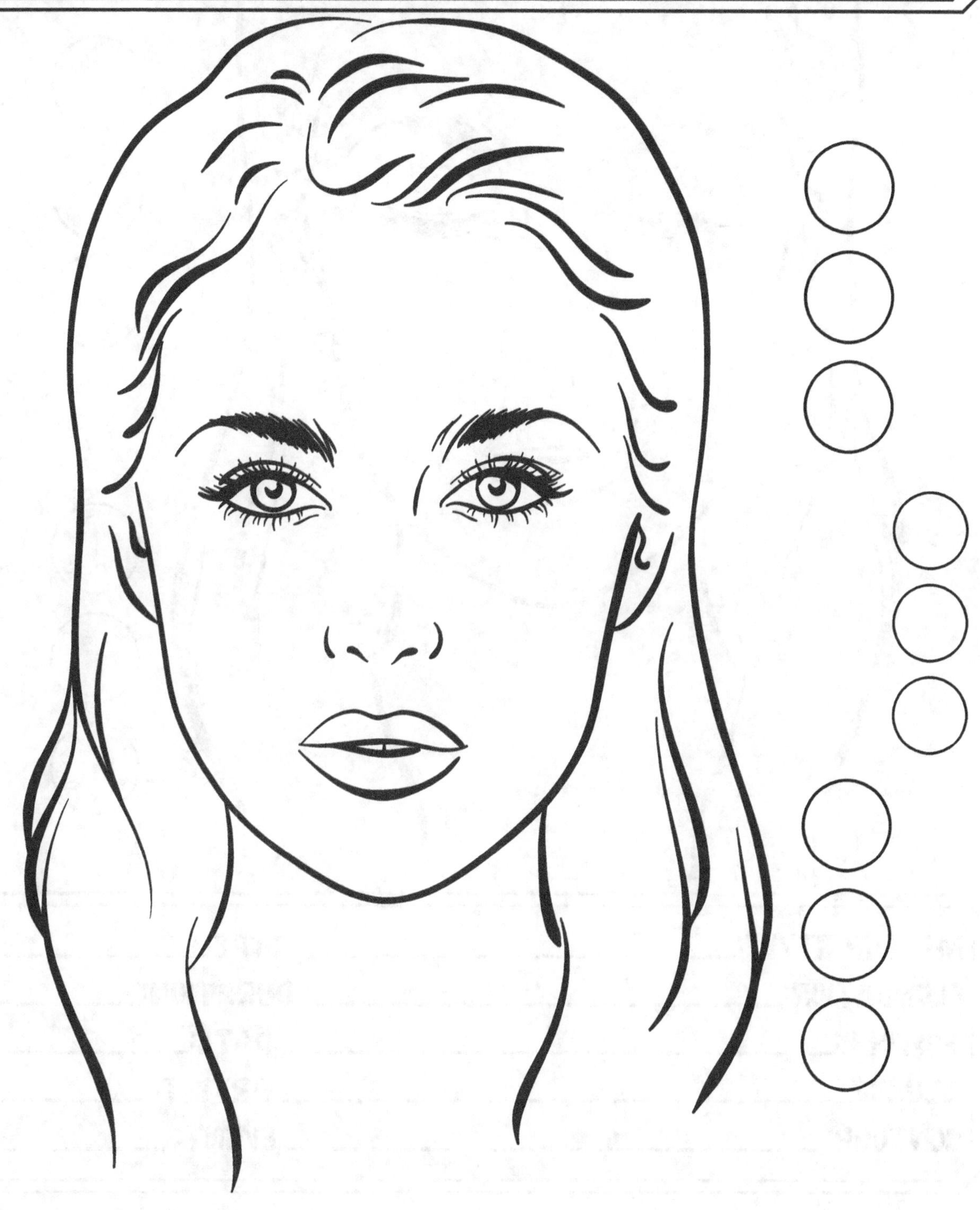

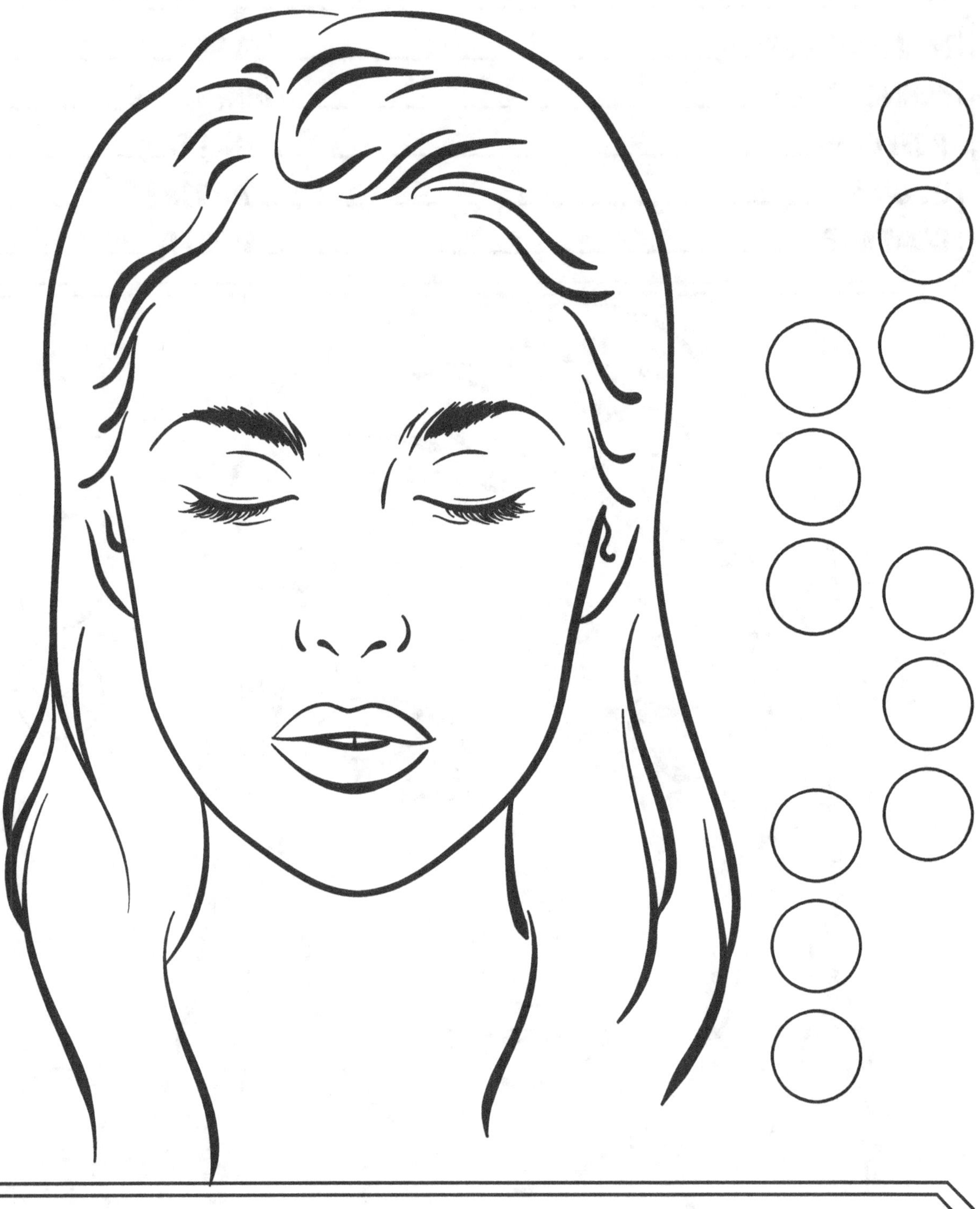

MAKEUP STYLE:____________________ TYPE:____________
FOUNDATION:______________________ DURATION:_________
POWDER:__________________________ DATE:____________
BLUSH: ___________________________ ARTIST: __________
CONTOUR: _________________________ EVENT: ___________

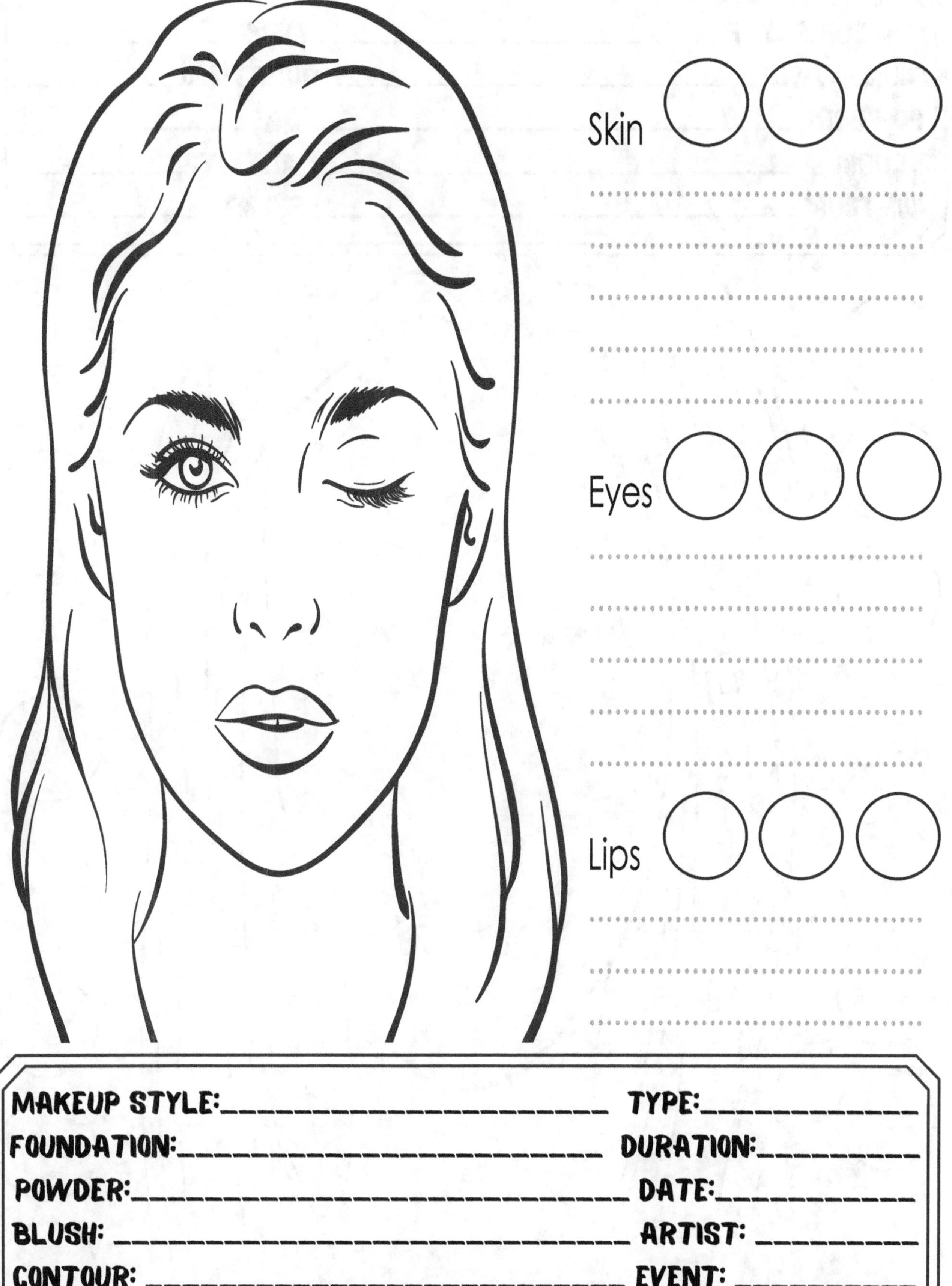

Skin

Eyes

Lips

MAKEUP STYLE:______________________ TYPE:____________
FOUNDATION:________________________ DURATION:________
POWDER:___________________________ DATE:___________
BLUSH:____________________________ ARTIST:_________
CONTOUR:__________________________ EVENT:__________

MAKEUP STYLE:_________________________ TYPE:____________

FOUNDATION:___________________________ DURATION:_________

POWDER:_______________________________ DATE:___________

BLUSH: _______________________________ ARTIST:__________

CONTOUR: _____________________________ EVENT: __________

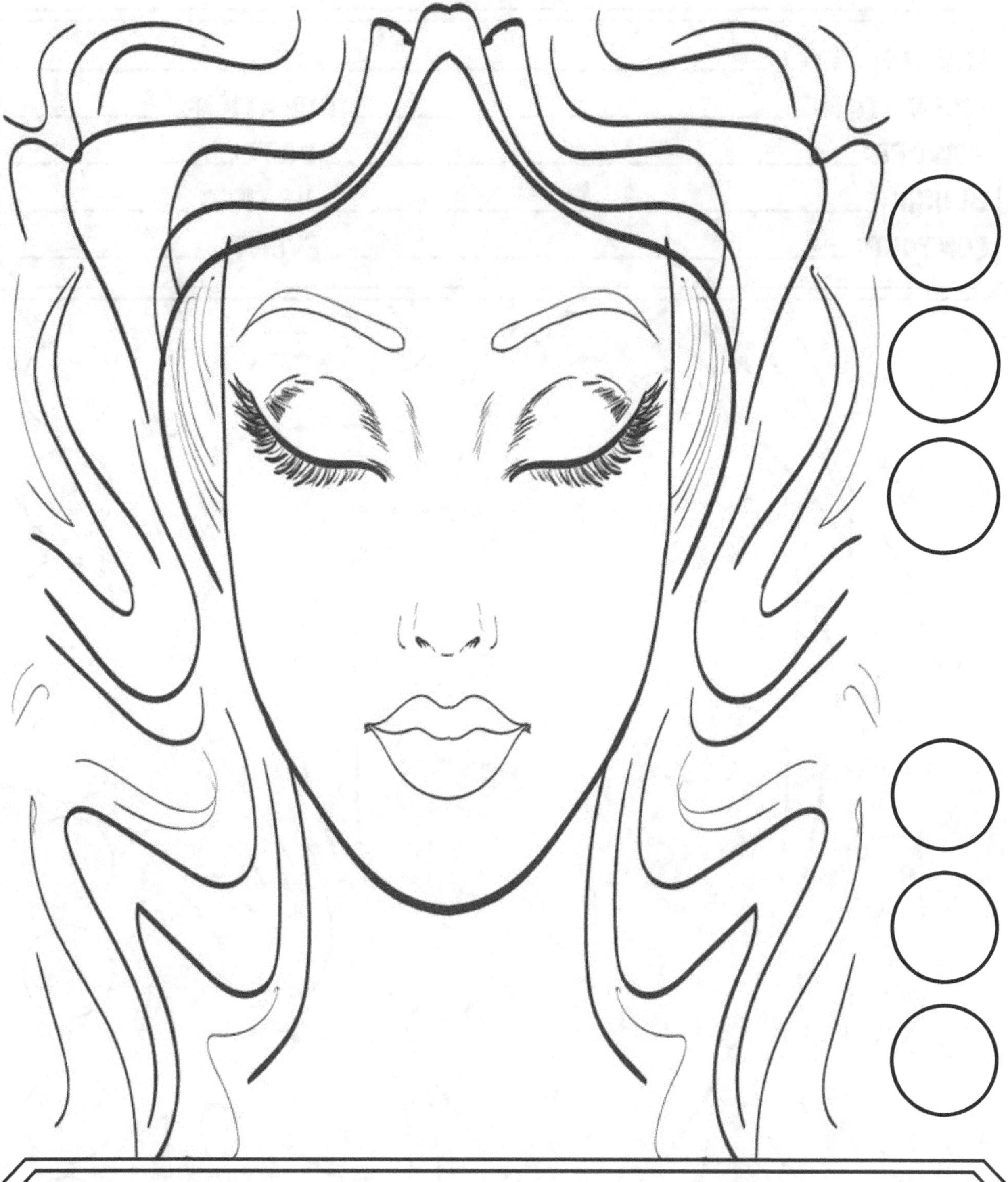

MAKEUP STYLE:_________________________ TYPE:_____________
FOUNDATION:__________________________ DURATION:__________
POWDER:_______________________________ DATE:_____________
BLUSH:________________________________ ARTIST:__________
CONTOUR:______________________________ EVENT:___________

MAKEUP STYLE:_______________________   TYPE:______________
FOUNDATION:__________________________   DURATION:__________
POWDER:_____________________________   DATE:______________
BLUSH: _____________________________   ARTIST:____________
CONTOUR: ___________________________   EVENT: ____________

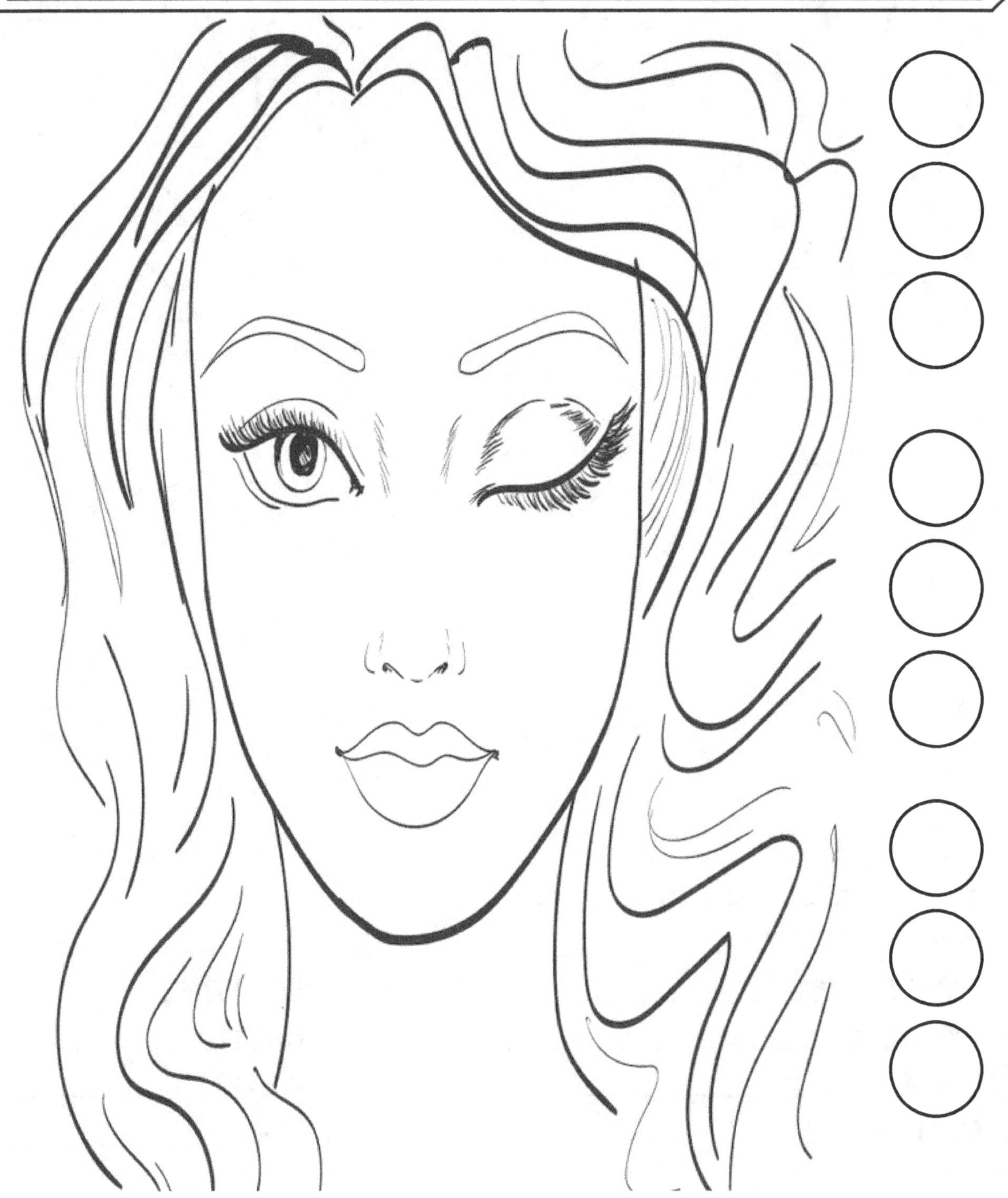

MAKEUP STYLE:_______________________ TYPE:______________

FOUNDATION:________________________ DURATION:__________

POWDER:____________________________ DATE:______________

BLUSH: _____________________________ ARTIST: ___________

CONTOUR: __________________________ EVENT: ____________

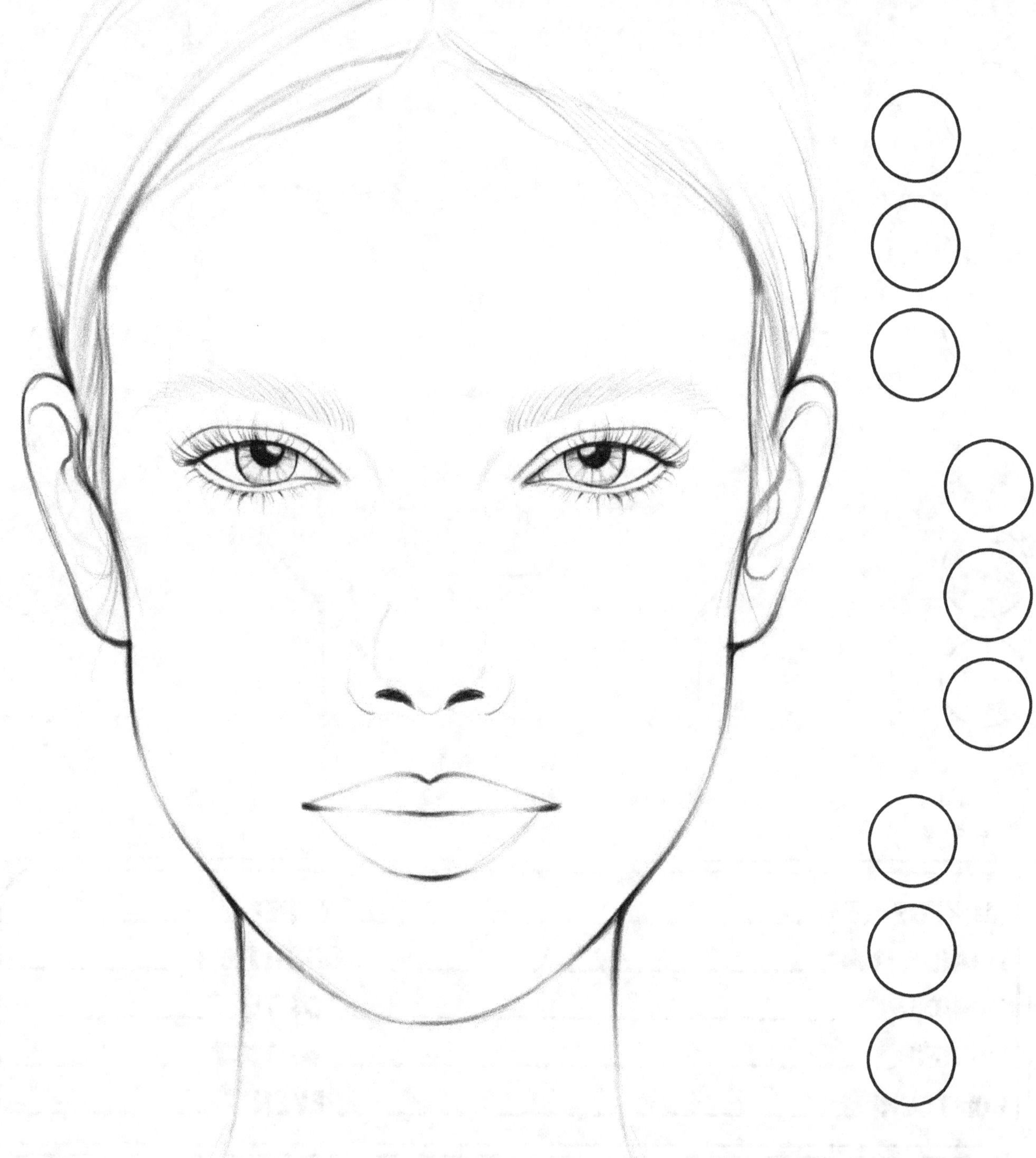

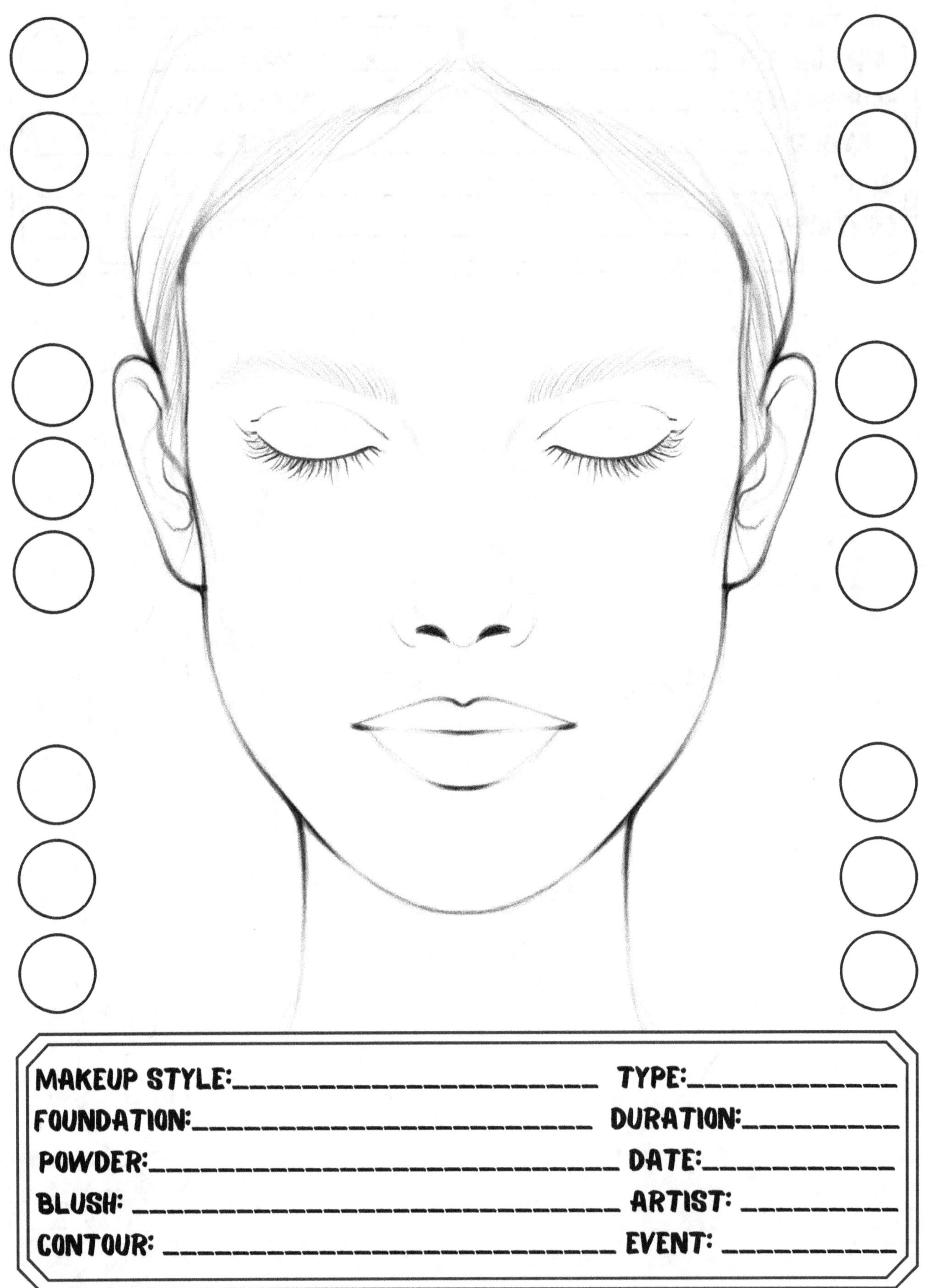

MAKEUP STYLE: _______________________________ **TYPE:** _______________

FOUNDATION: _______________________________ **DURATION:** ___________

POWDER: _______________________________ **DATE** _______________

BLUSH: _______________________________ **ARTIST:** ___________

CONTOUR: _______________________________ **EVENT:** _______________

MAKEUP STYLE:_________________________________ TYPE:_______________

FOUNDATION:___________________________________ DURATION:___________

POWDER:_______________________________________ DATE:_______________

BLUSH: ____ ARTIST: ____________

CONTOUR: ______________________________________ EVENT: _____________

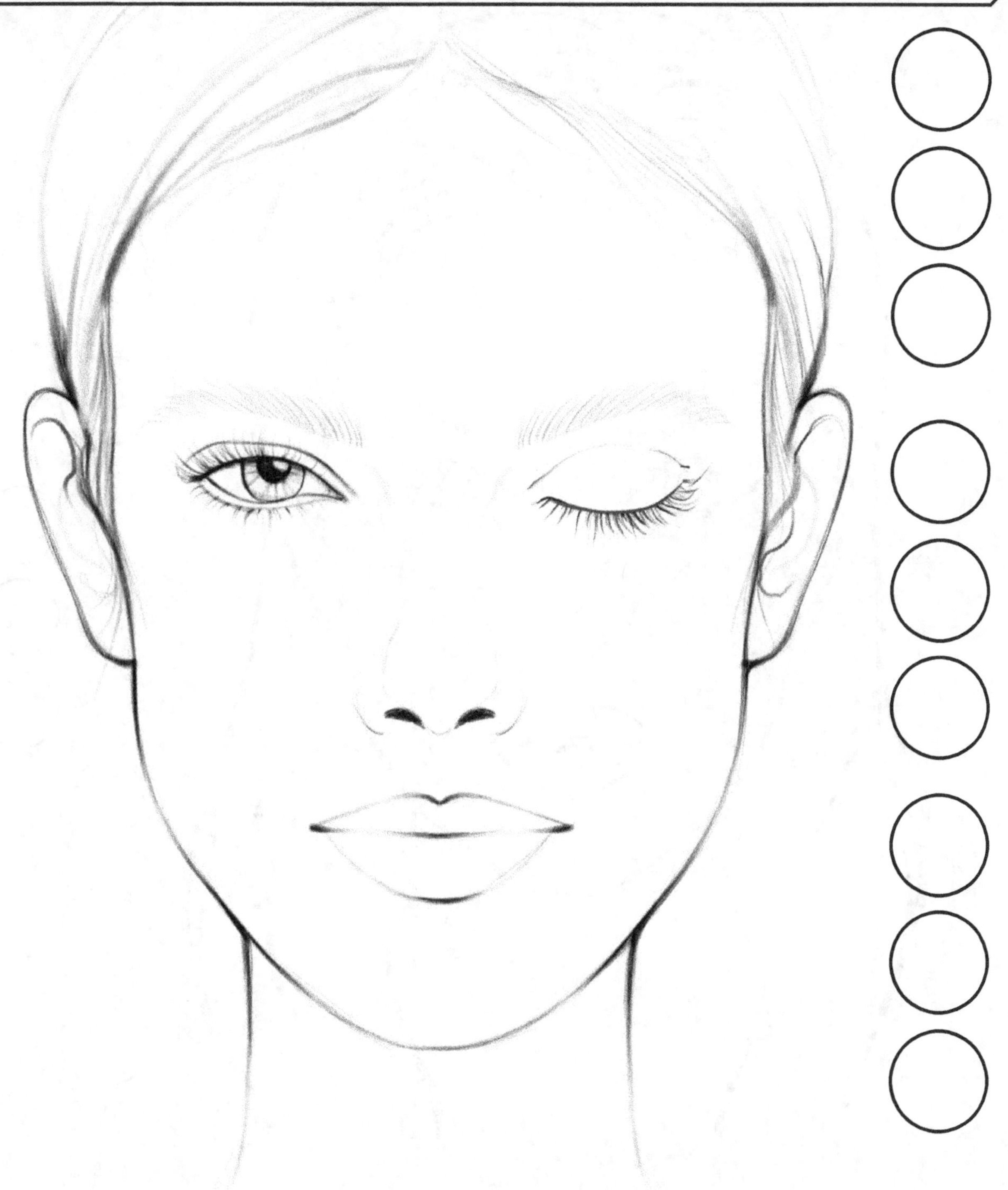

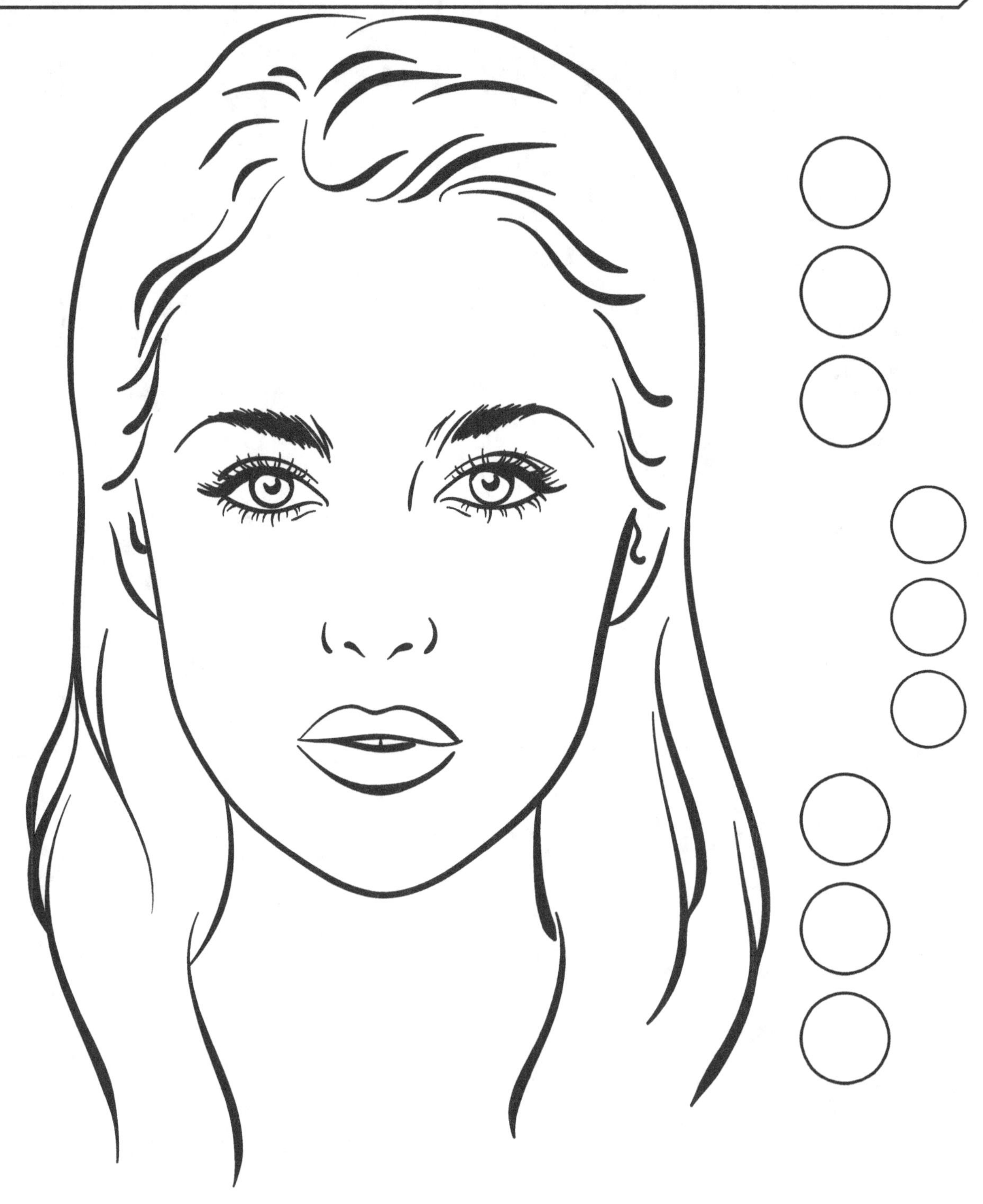

MAKEUP STYLE:_______________________ TYPE:_____________
FOUNDATION:_____________________ DURATION:__________
POWDER:_______________________ DATE:___________
BLUSH: _______________________ ARTIST: _________
CONTOUR: ___________________ EVENT: __________

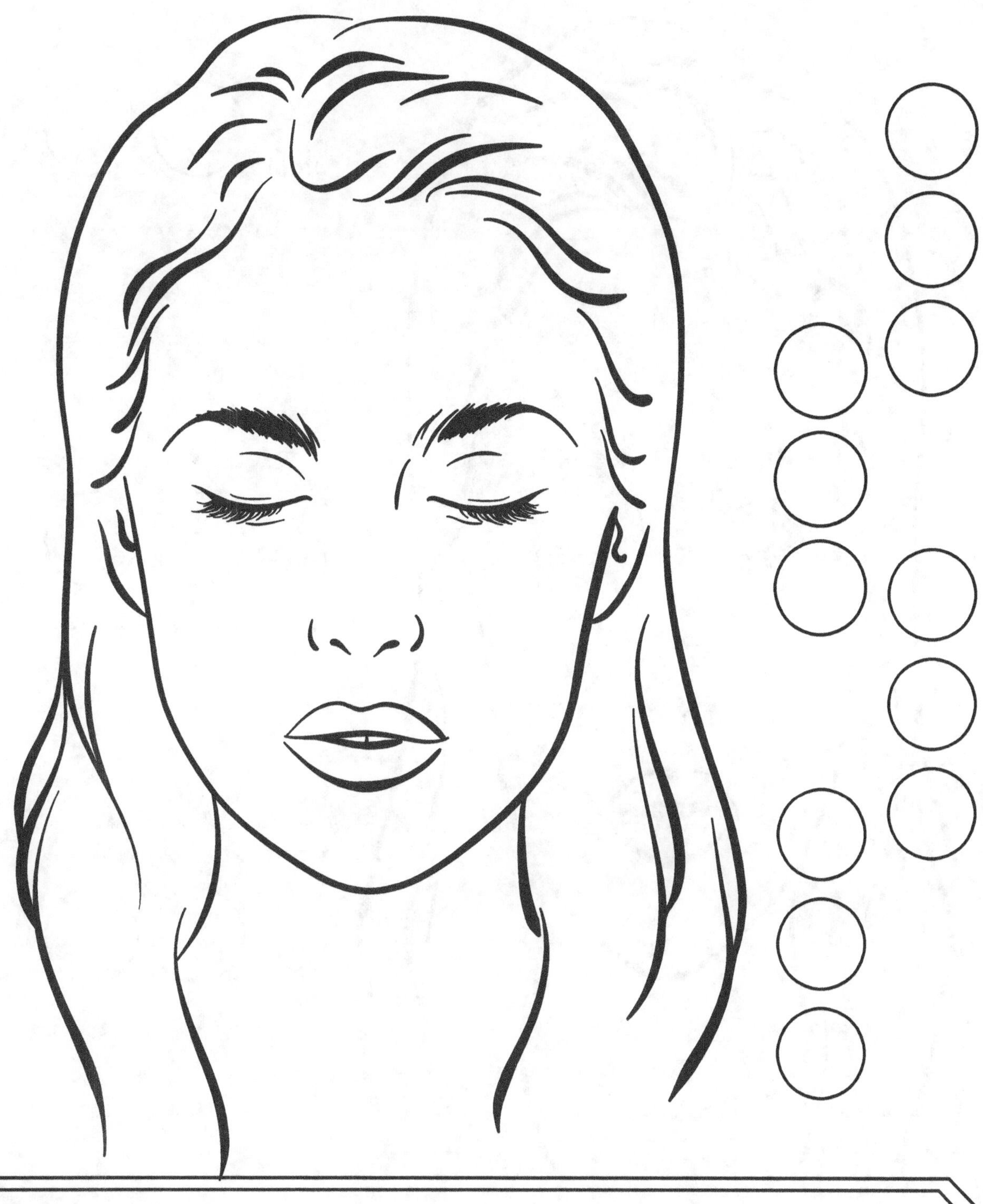

MAKEUP STYLE:_____________________________ TYPE:_____________

FOUNDATION:_____________________________ DURATION:__________

POWDER:_________________________________ DATE:______________

BLUSH: _________________________________ ARTIST: ___________

CONTOUR: _______________________________ EVENT:_____________

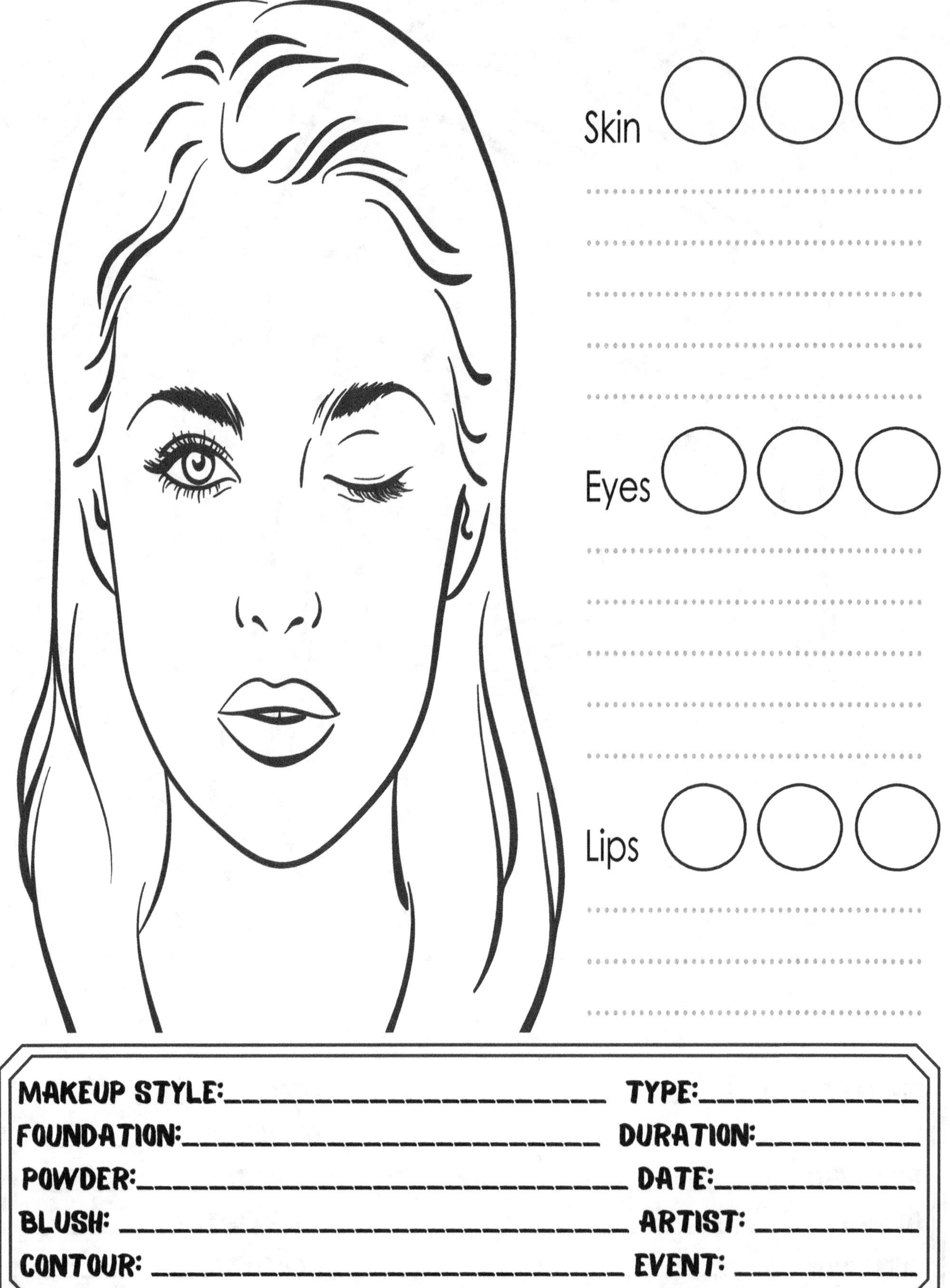

Skin ◯ ◯ ◯

Eyes ◯ ◯ ◯

Lips ◯ ◯ ◯

MAKEUP STYLE:_______________________________ TYPE:_______________

FOUNDATION:________________________________ DURATION:___________

POWDER:___________________________________ DATE:______________

BLUSH: ___________________________________ ARTIST: ____________

CONTOUR: _________________________________ EVENT: _____________

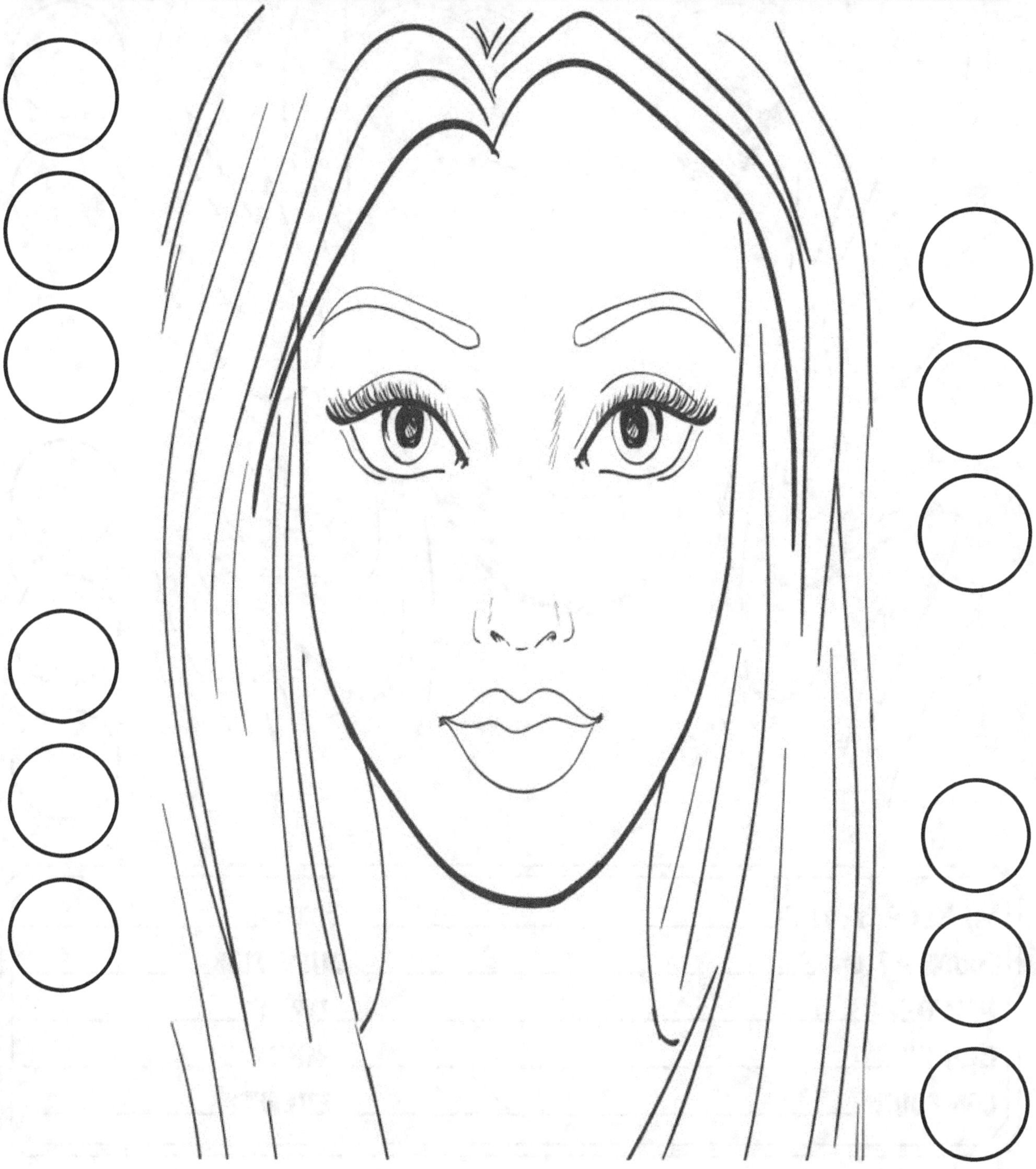

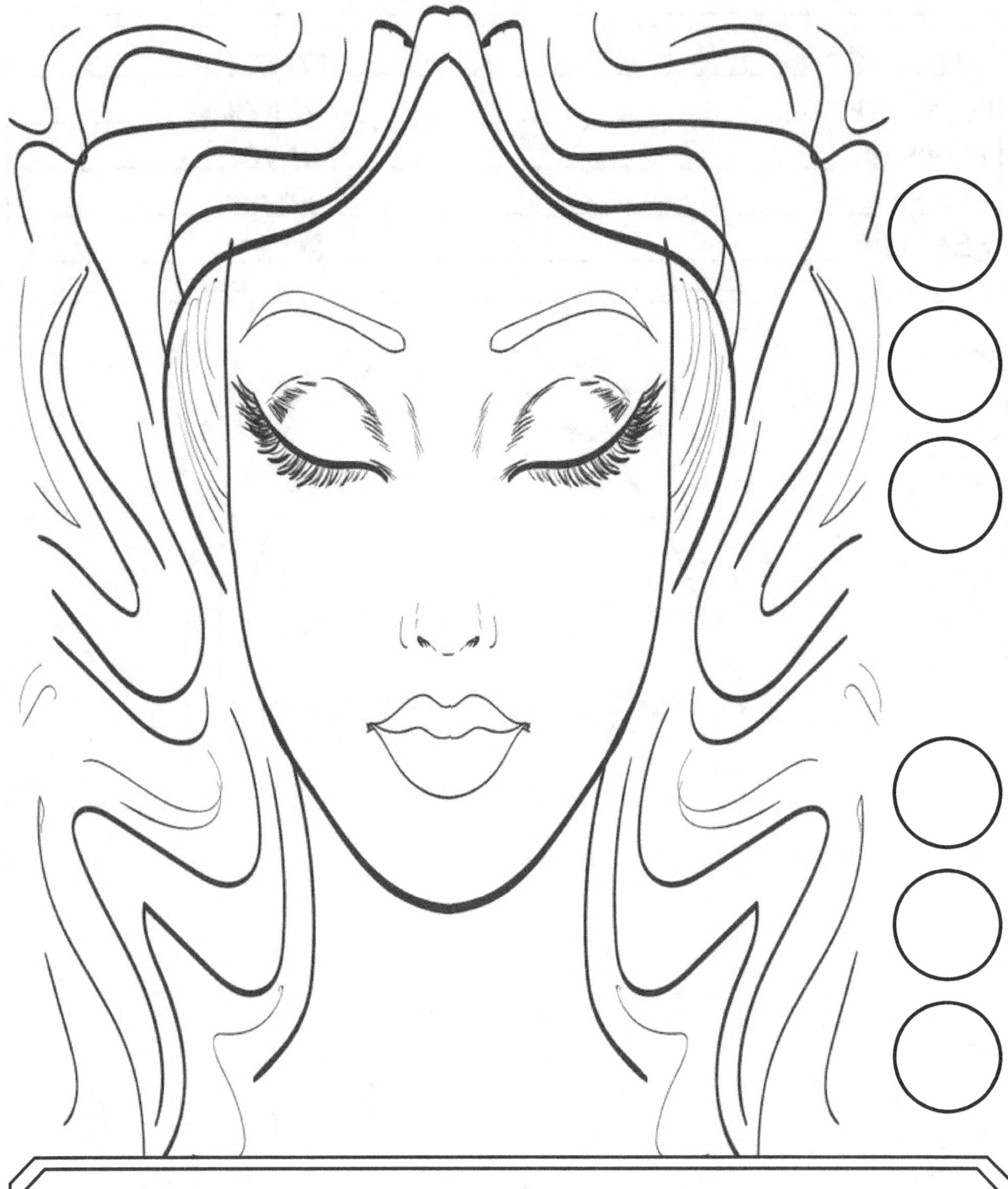

MAKEUP STYLE:________________________ TYPE:______________
FOUNDATION:__________________________ DURATION:__________
POWDER:______________________________ DATE:______________
BLUSH:_______________________________ ARTIST:____________
CONTOUR:_____________________________ EVENT:_____________

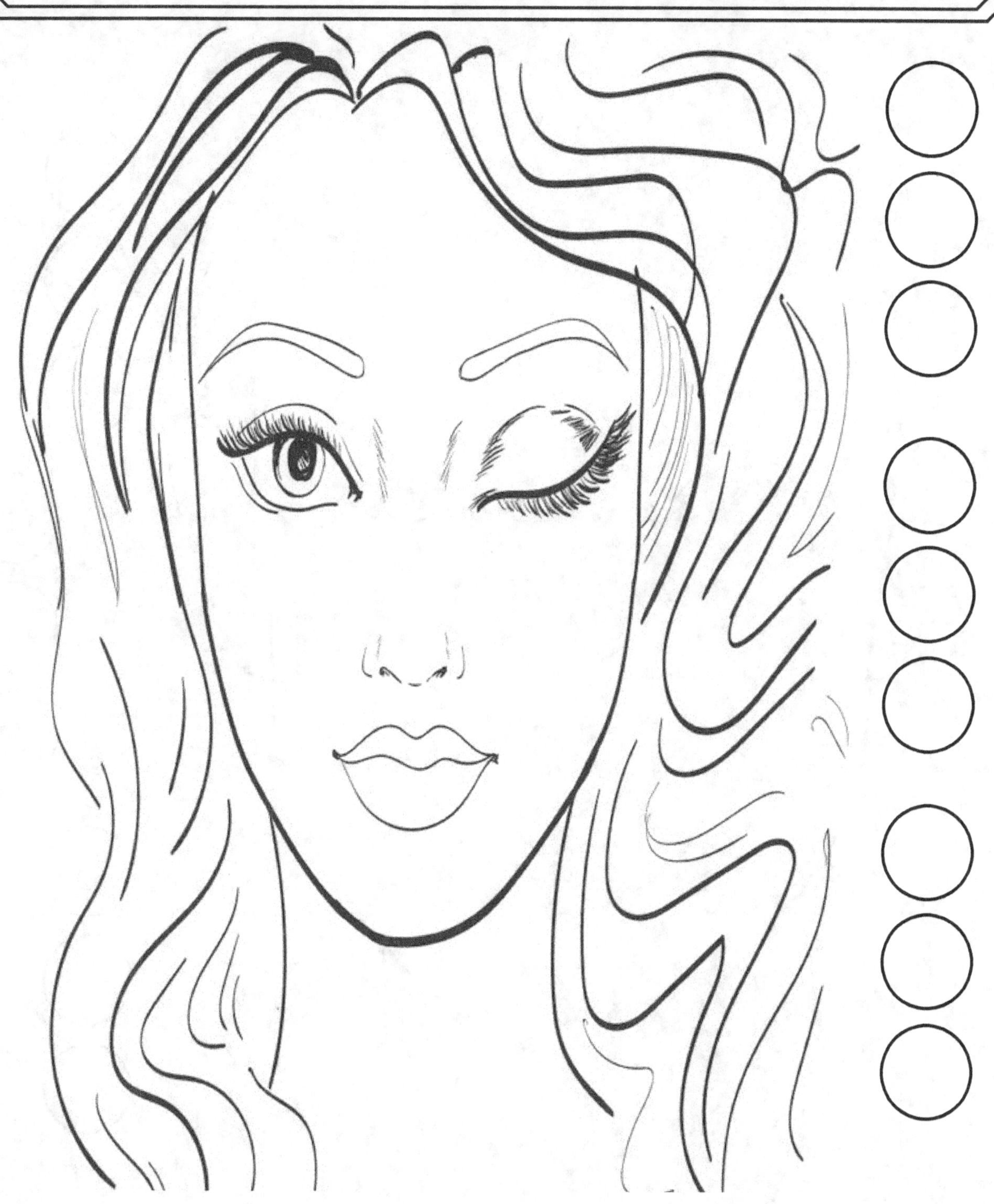

MAKEUP STYLE:________________________
TYPE:____________
FOUNDATION:____________________________
DURATION:__________
POWDER:______________________________
DATE:____________
BLUSH:________________________________
ARTIST:__________
CONTOUR:_____________________________
EVENT:__________

MAKEUP STYLE:_________________________________ TYPE:_______________

FOUNDATION:_________________________________ DURATION:__________

POWDER:_____________________________________ DATE:_____________

BLUSH: ______________________________________ ARTIST:____________

CONTOUR: ____________________________________ EVENT: ____________

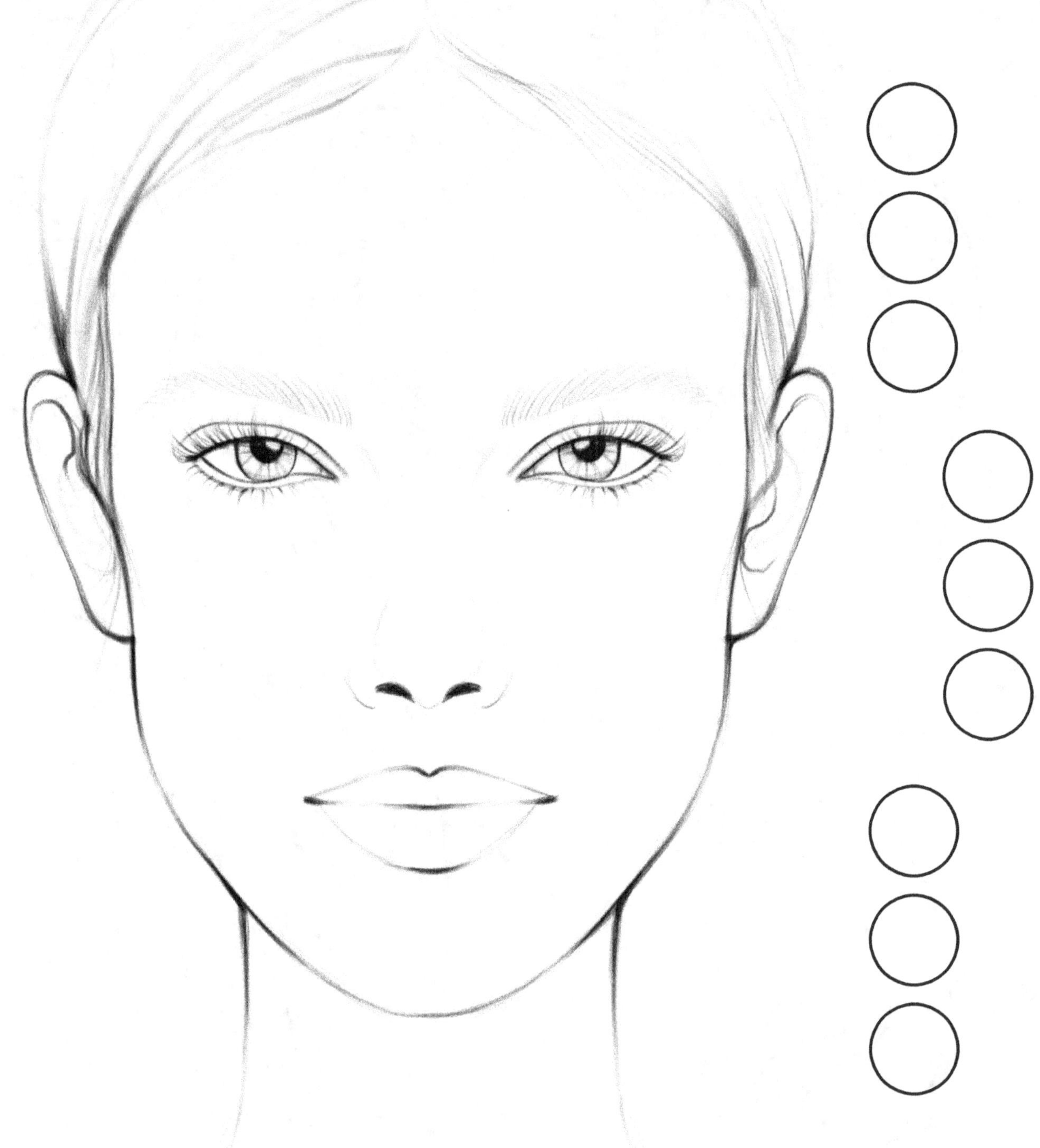

MAKEUP STYLE:_________________________________ TYPE:______________

FOUNDATION:___________________________________ DURATION:__________

POWDER:_______________________________________ DATE:______________

BLUSH: ____ ARTIST: ___________

CONTOUR: ______________________________________ EVENT: ____________

MAKEUP STYLE:_____________________ TYPE:_____________
FOUNDATION:_____________________ DURATION:__________
POWDER:_____________________ DATE:____________
BLUSH: _____________________ ARTIST:__________
CONTOUR: _____________________ EVENT:__________

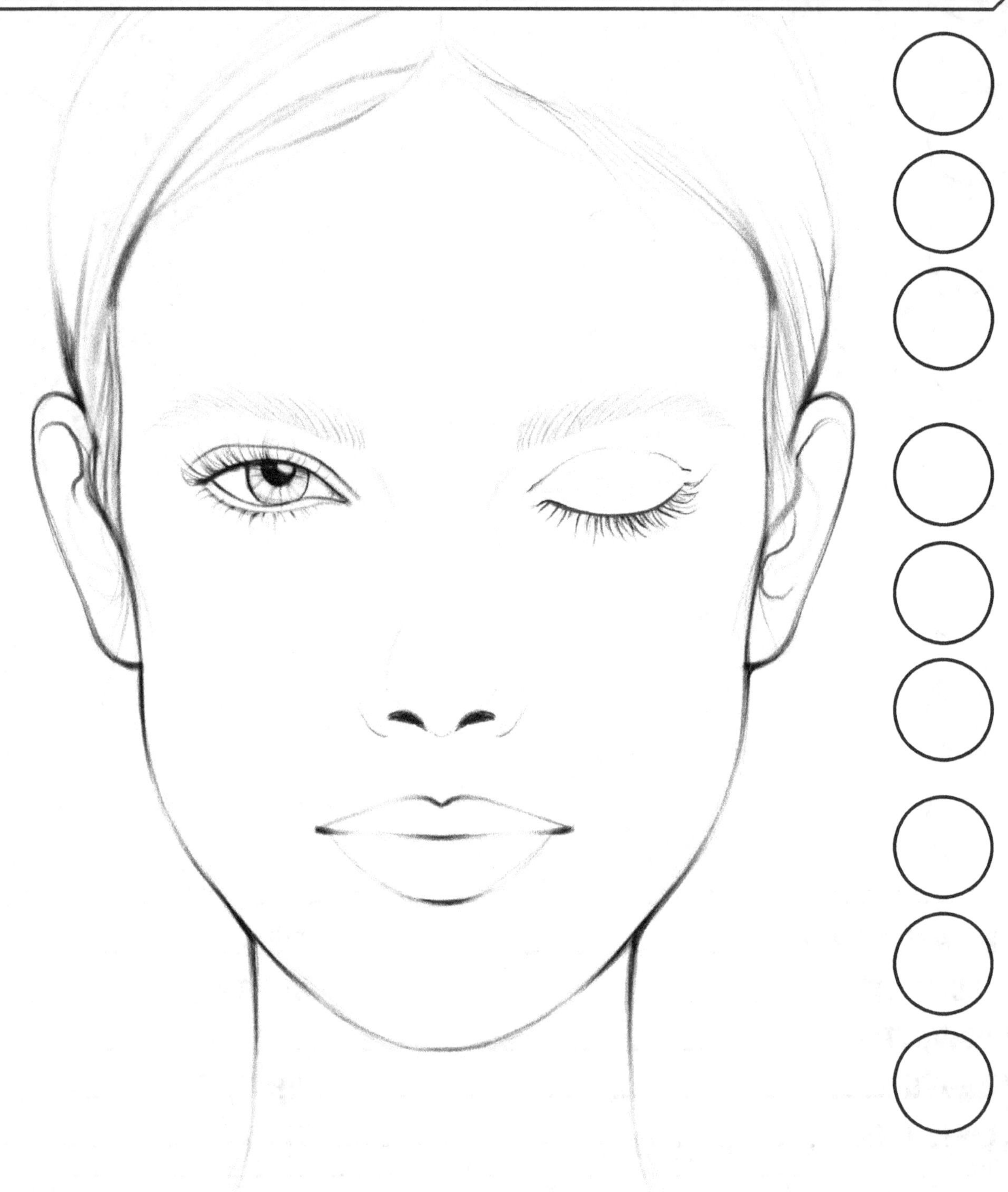

MAKEUP STYLE:_________________________________ TYPE:_______________
FOUNDATION:___________________________________ DURATION:_________
POWDER:____ DATE:_____________
BLUSH: ____ ARTIST:___________
CONTOUR: ______________________________________ EVENT: ___________

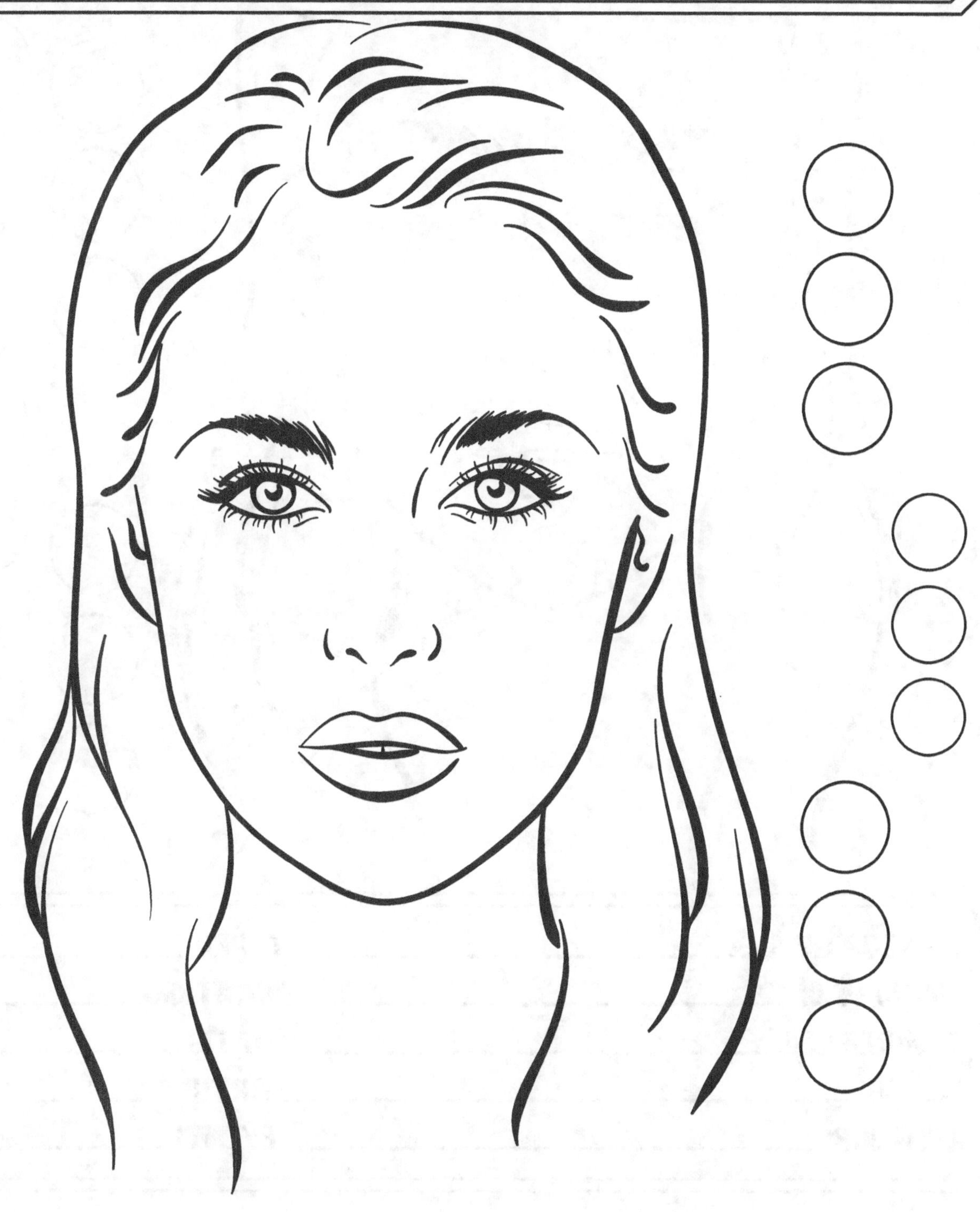

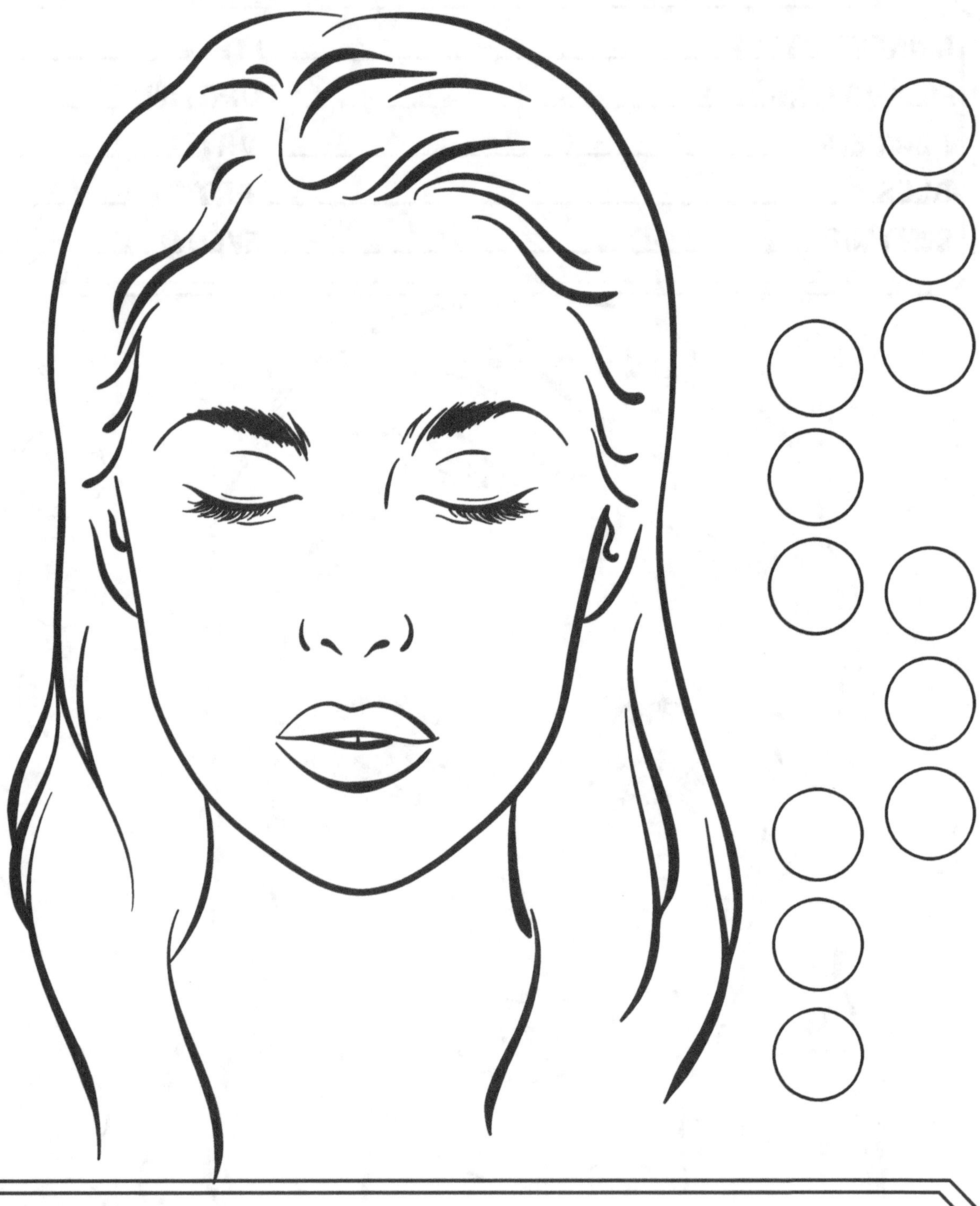

MAKEUP STYLE:_______________________ TYPE:___________

FOUNDATION:_______________________ DURATION:__________

POWDER:_______________________ DATE:___________

BLUSH:_______________________ ARTIST:__________

CONTOUR:_______________________ EVENT:___________

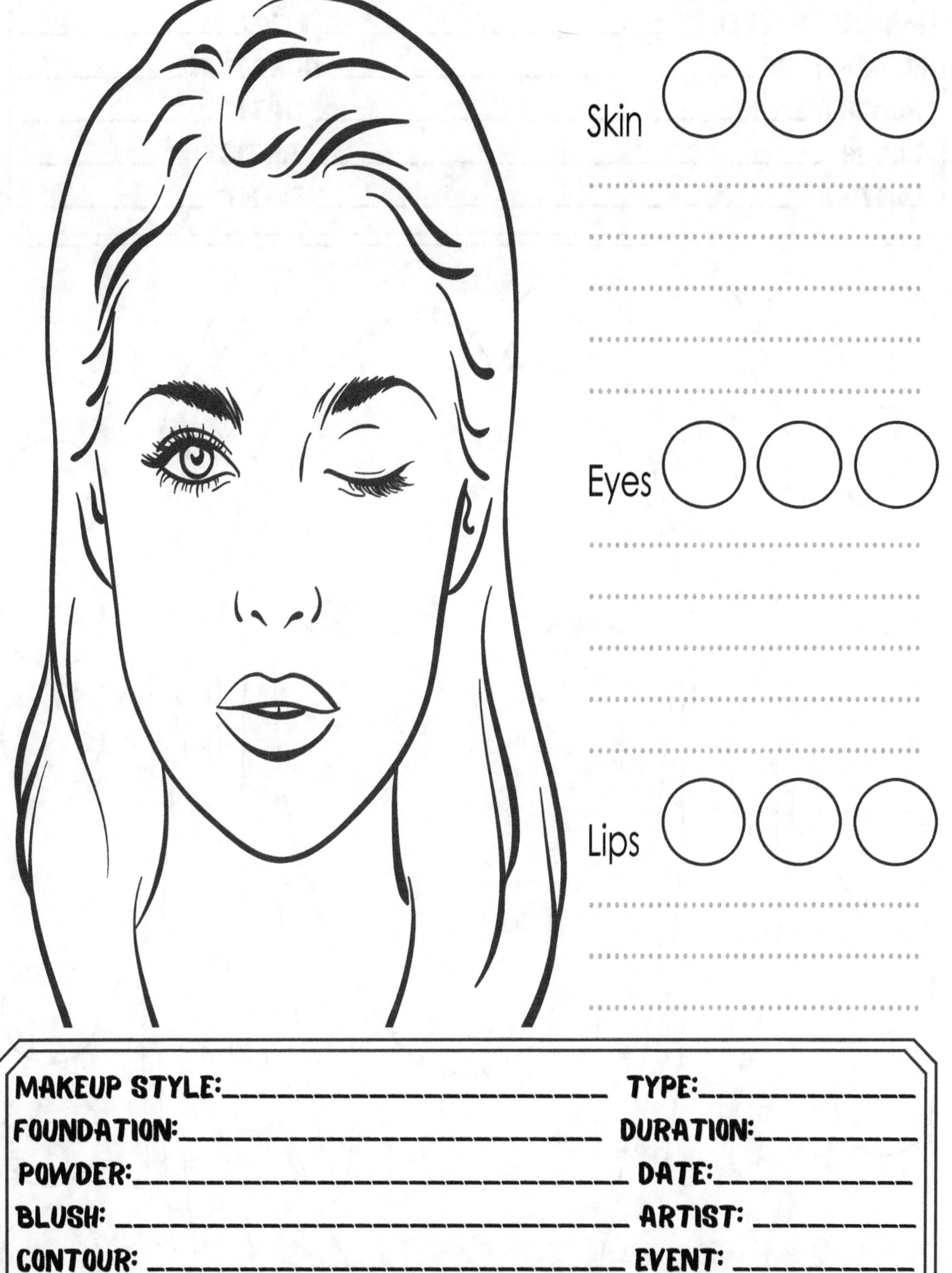

Skin

Eyes

Lips

MAKEUP STYLE:_________________________ TYPE:_____________
FOUNDATION:___________________________ DURATION:__________
POWDER:______________________________ DATE:____________
BLUSH: _______________________________ ARTIST: __________
CONTOUR: _____________________________ EVENT: ___________

MAKEUP STYLE:________________________   TYPE:______________
FOUNDATION:__________________________   DURATION:__________
POWDER:______________________________   DATE:______________
BLUSH: _______________________________   ARTIST:____________
CONTOUR: ____________________________   EVENT: ____________

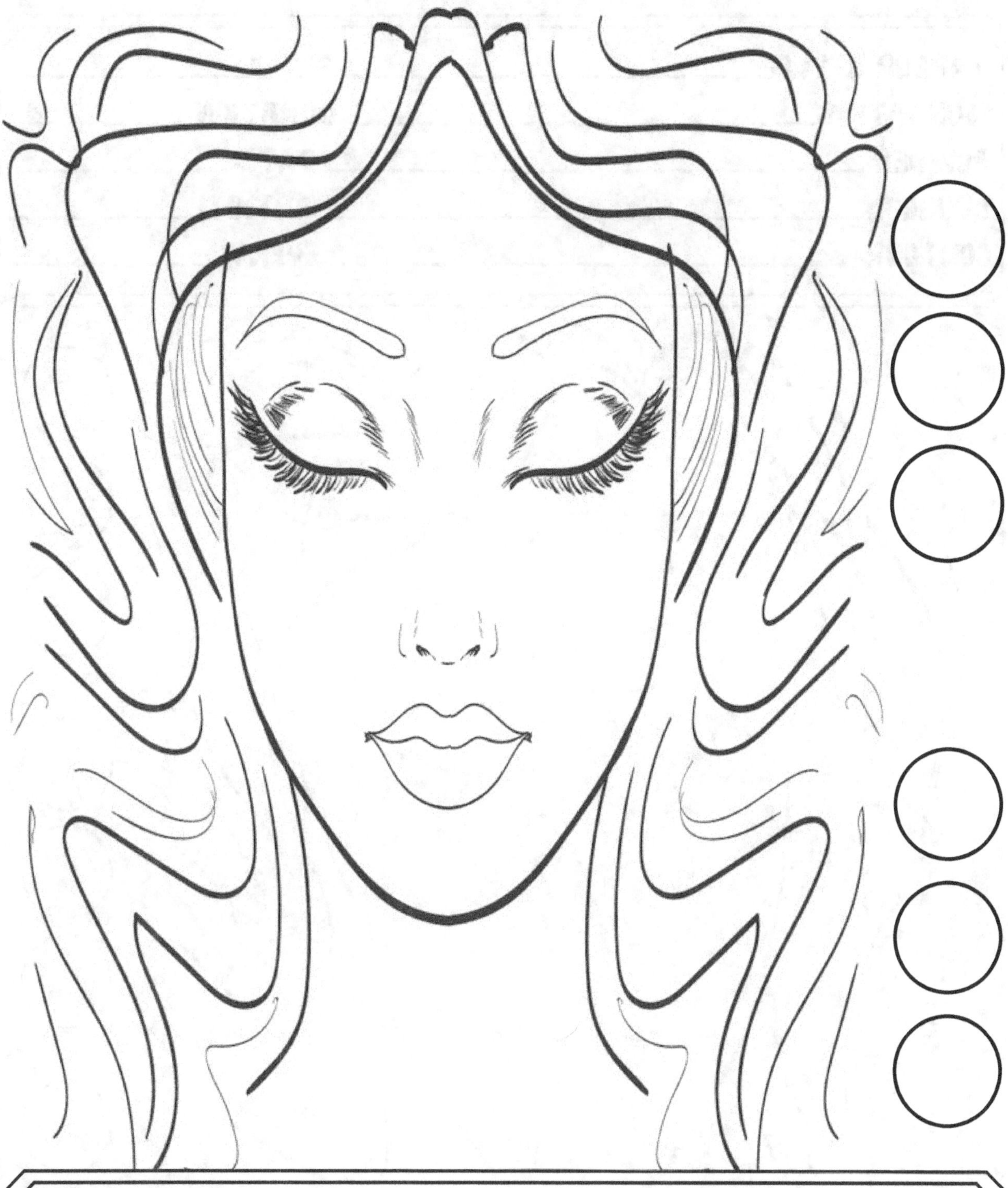

MAKEUP STYLE:_________________________________ TYPE:______________

FOUNDATION:___________________________________ DURATION:__________

POWDER:_______________________________________ DATE:______________

BLUSH: ____ ARTIST: ___________

CONTOUR: ______________________________________ EVENT: ____________

MAKEUP STYLE:_________________________ TYPE:____________
FOUNDATION:___________________________ DURATION:________
POWDER:______________________________ DATE:____________
BLUSH: ______________________________ ARTIST:__________
CONTOUR: ____________________________ EVENT: __________

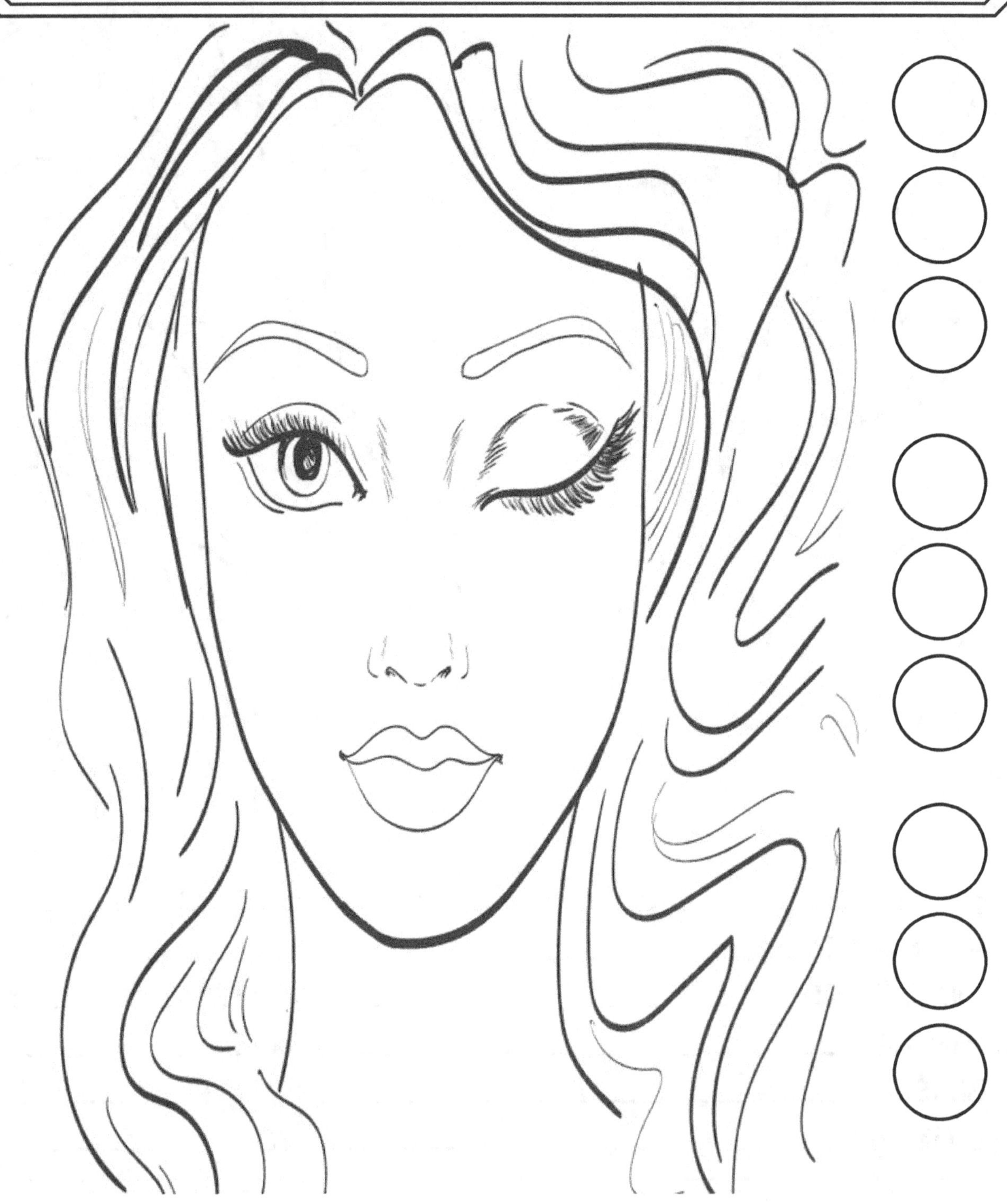

MAKEUP STYLE:_____________________________ TYPE:_______________
FOUNDATION:_______________________________ DURATION:__________
POWDER:___________________________________ DATE:______________
BLUSH: ___________________________________ ARTIST:____________
CONTOUR: _________________________________ EVENT:_____________

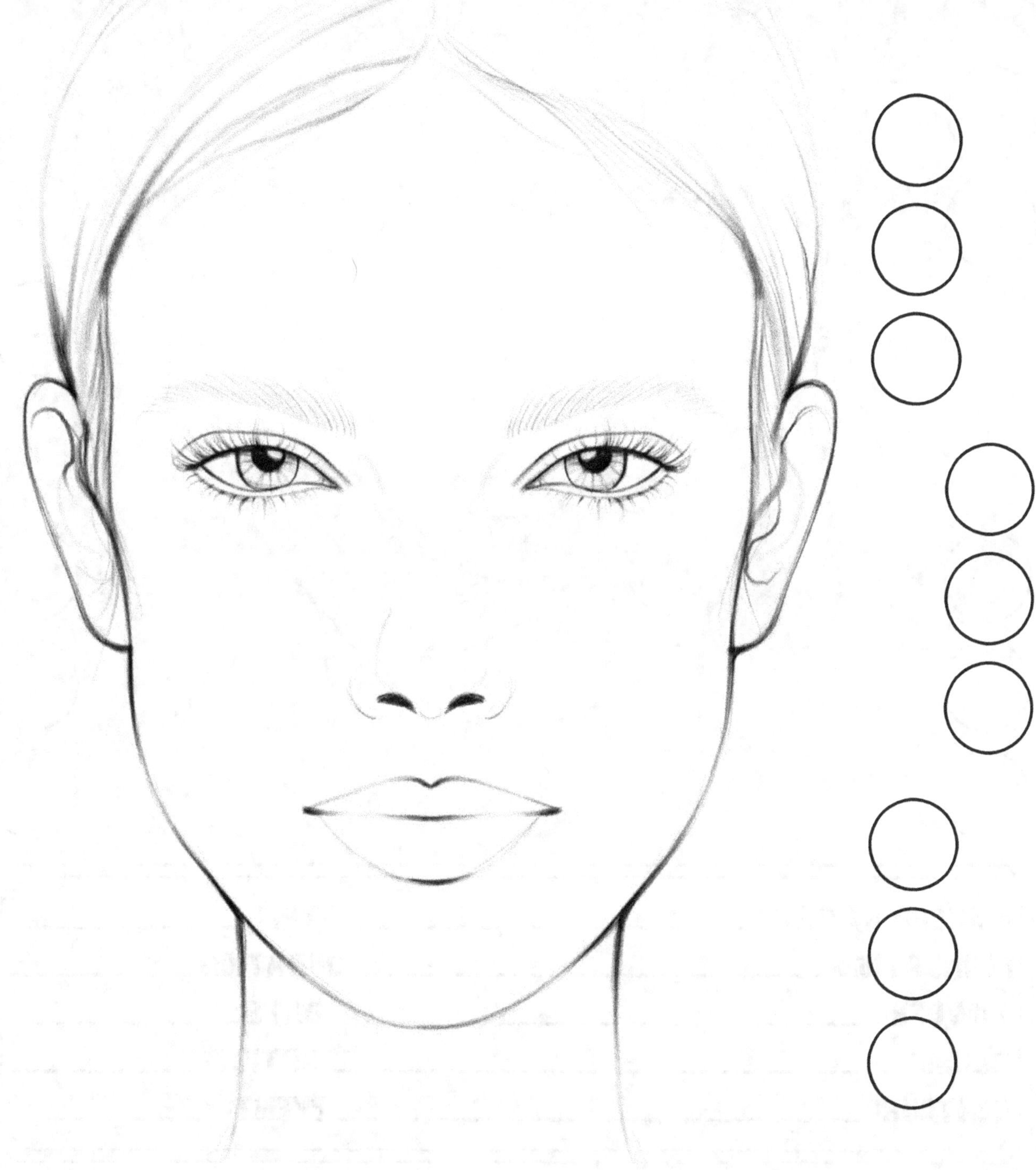

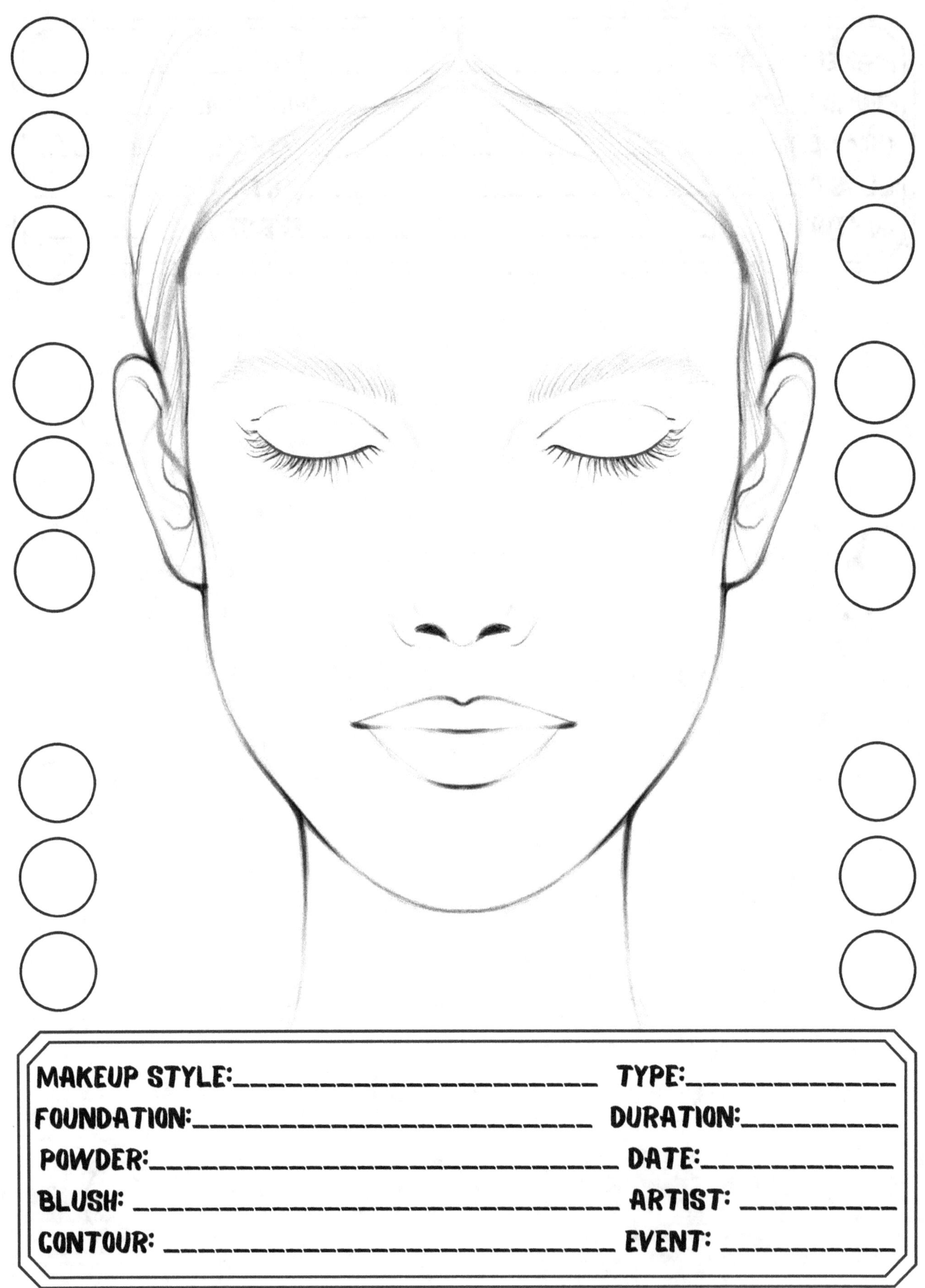

MAKEUP STYLE:_____________________ TYPE:____________
FOUNDATION:______________________ DURATION:__________
POWDER:_________________________ DATE:____________
BLUSH: _________________________ ARTIST: __________
CONTOUR: ________________________ EVENT: __________

MAKEUP STYLE:_______________________ TYPE:______________

FOUNDATION:________________________ DURATION:__________

POWDER:___________________________ DATE:____________

BLUSH: ___________________________ ARTIST: ___________

CONTOUR: _________________________ EVENT: __________

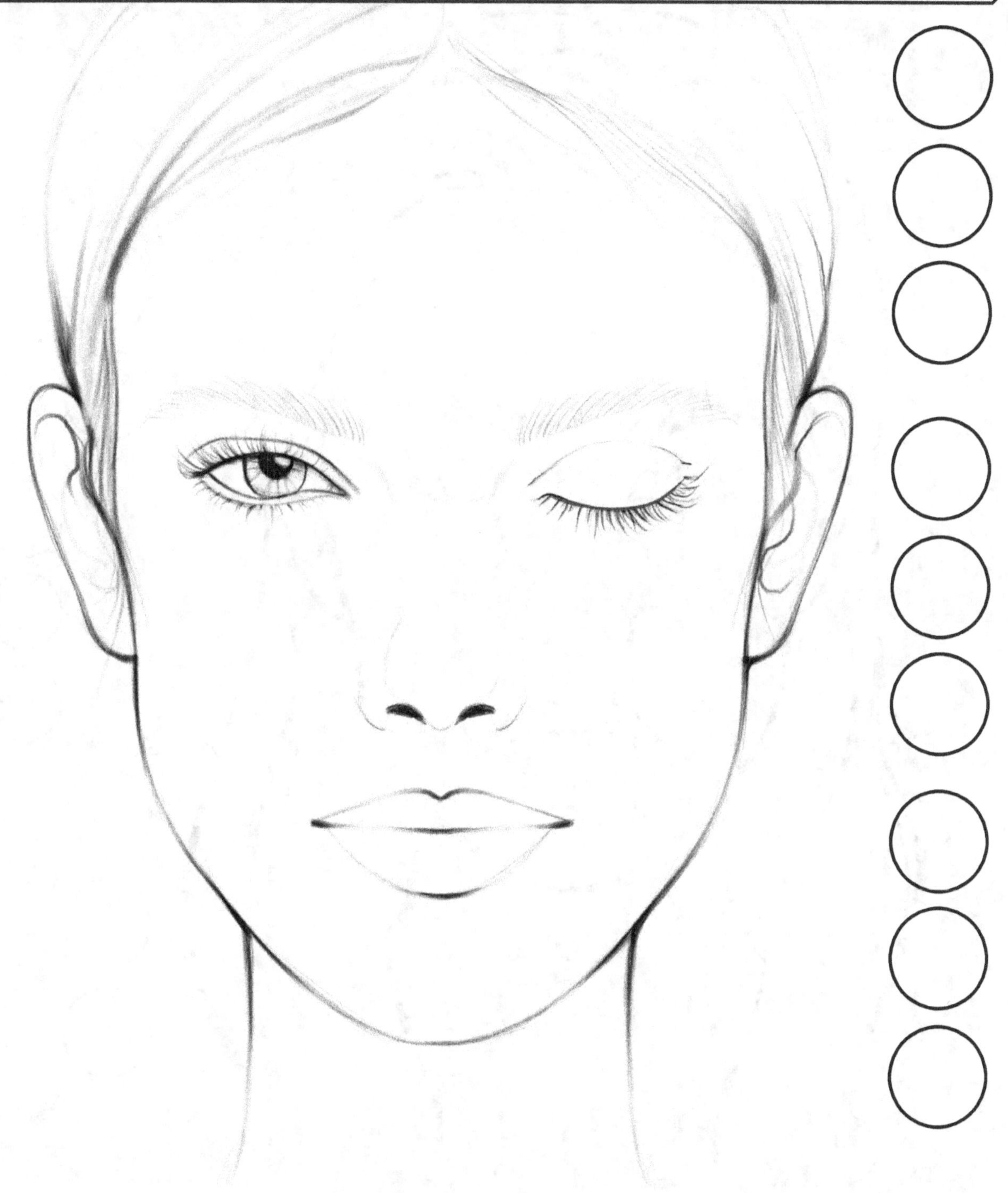

MAKEUP STYLE:_____________________________ TYPE:_______________

FOUNDATION:______________________________ DURATION:_________

POWDER:__________________________________ DATE:____________

BLUSH: ___________________________________ ARTIST:

CONTOUR: _________________________________ EVENT: __________

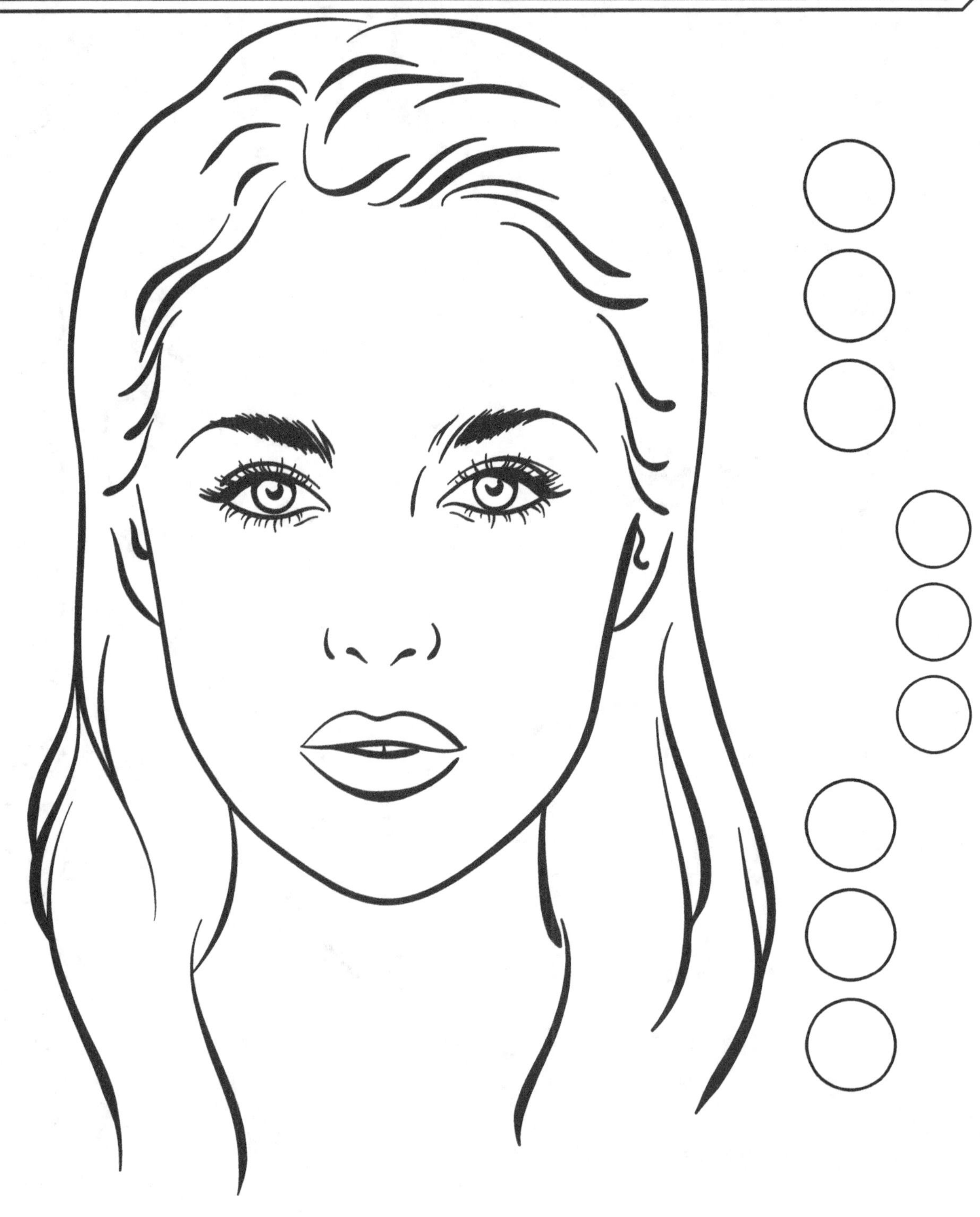

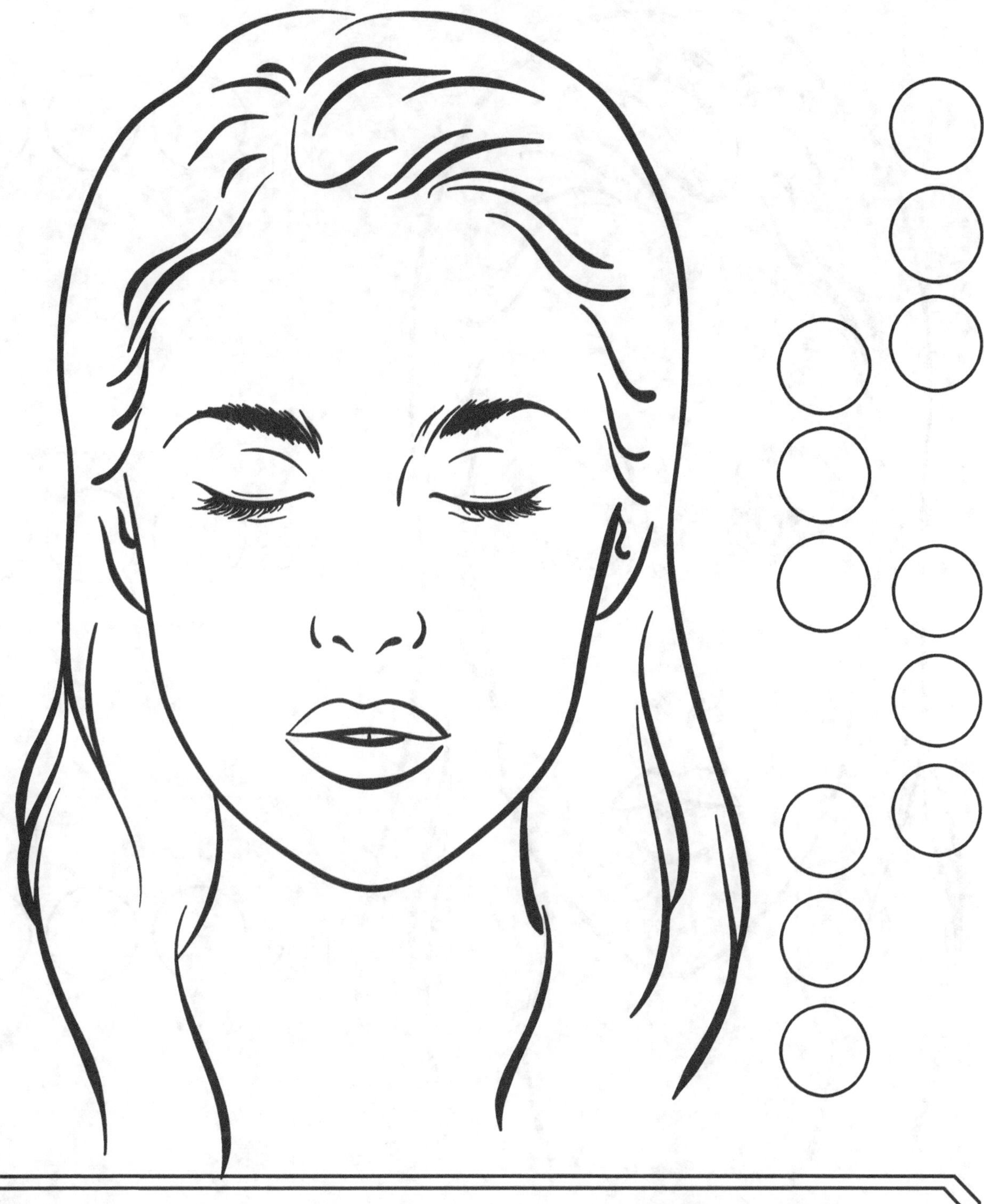

MAKEUP STYLE:________________________________ TYPE:______________

FOUNDATION:_________________________________ DURATION:__________

POWDER:_____________________________________ DATE:______________

BLUSH: ______________________________________ ARTIST: ___________

CONTOUR: ___________________________________ EVENT: ____________

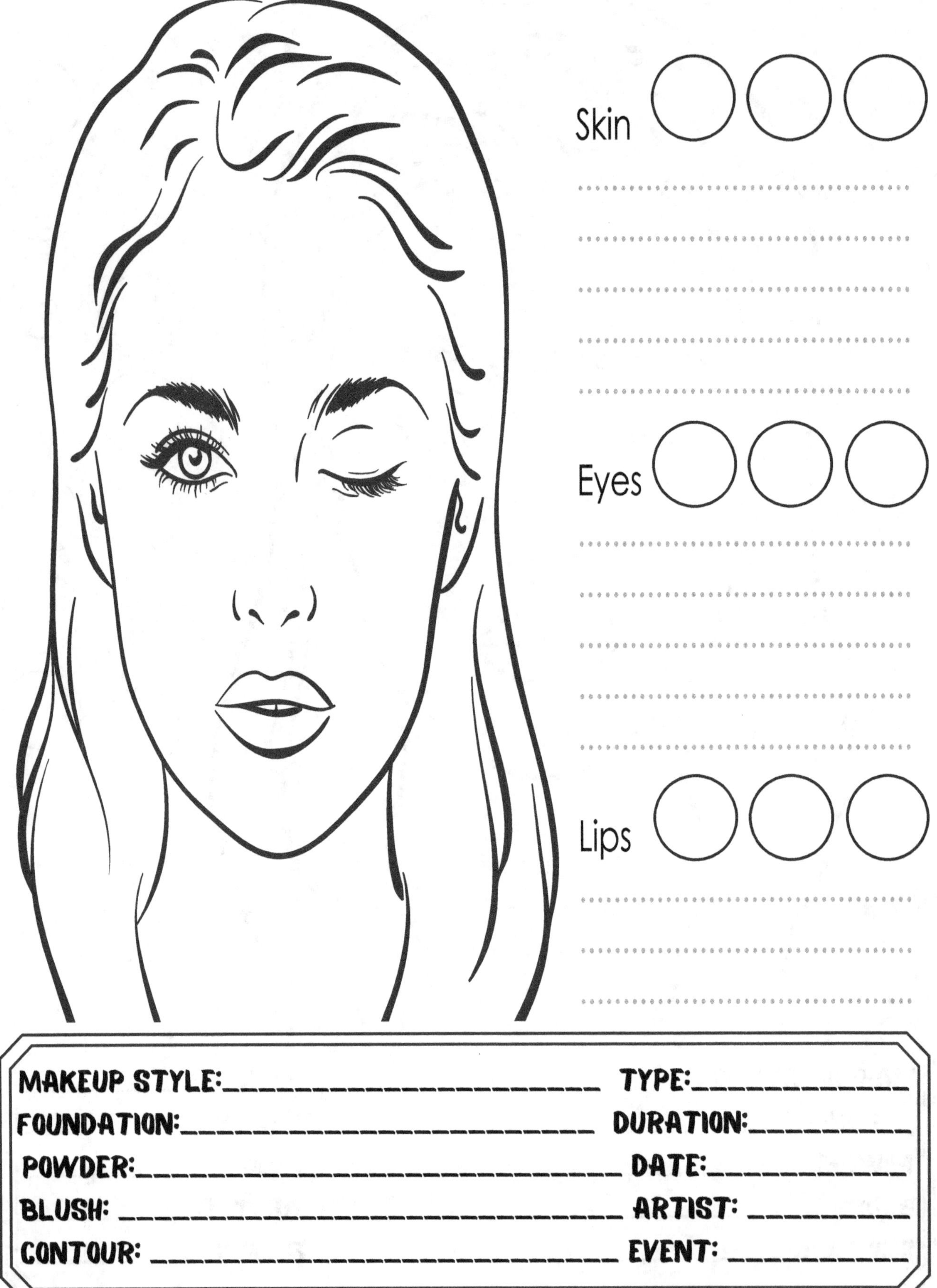

Skin

Eyes

Lips

MAKEUP STYLE:_________________________ TYPE:______________
FOUNDATION:__________________________ DURATION:___________
POWDER:______________________________ DATE:______________
BLUSH:_______________________________ ARTIST:____________
CONTOUR:_____________________________ EVENT:_____________

MAKEUP STYLE:_________________________________ TYPE:_____________

FOUNDATION:_________________________________ DURATION:_________

POWDER:_________________________________ DATE:_____________

BLUSH: _________________________________ ARTIST: _________

CONTOUR: _________________________________ EVENT: _________

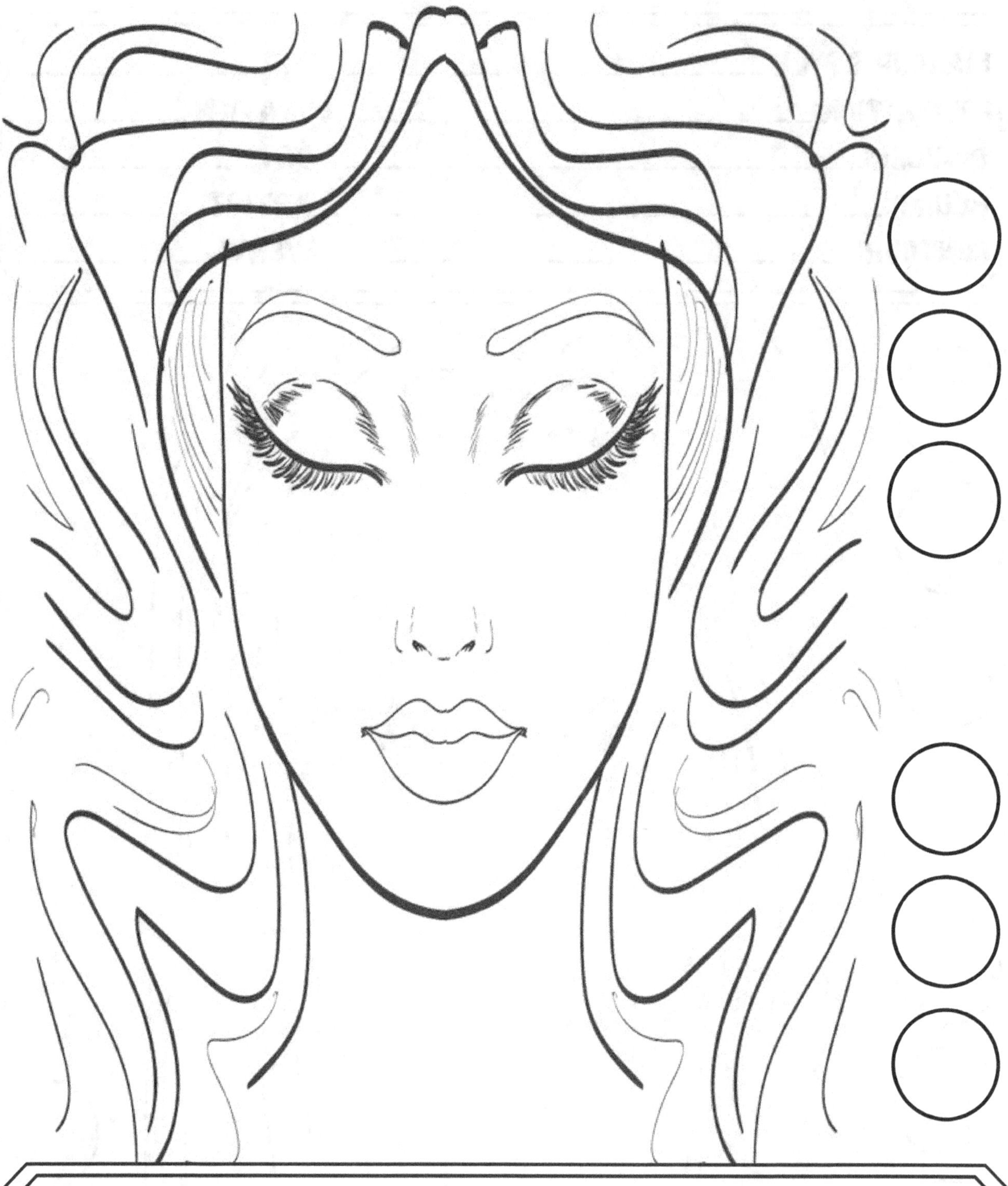

MAKEUP STYLE:_____________________ TYPE:_____________

FOUNDATION:_______________________ DURATION:_________

POWDER:___________________________ DATE:_____________

BLUSH: ____________________________ ARTIST: __________

CONTOUR: _________________________ EVENT: ___________

MAKEUP STYLE:_____________________________ TYPE:_______________

FOUNDATION:______________________________ DURATION:__________

POWDER:_________________________________ DATE:_____________

BLUSH: __________________________________ ARTIST:__________

CONTOUR: ________________________________ EVENT:____________

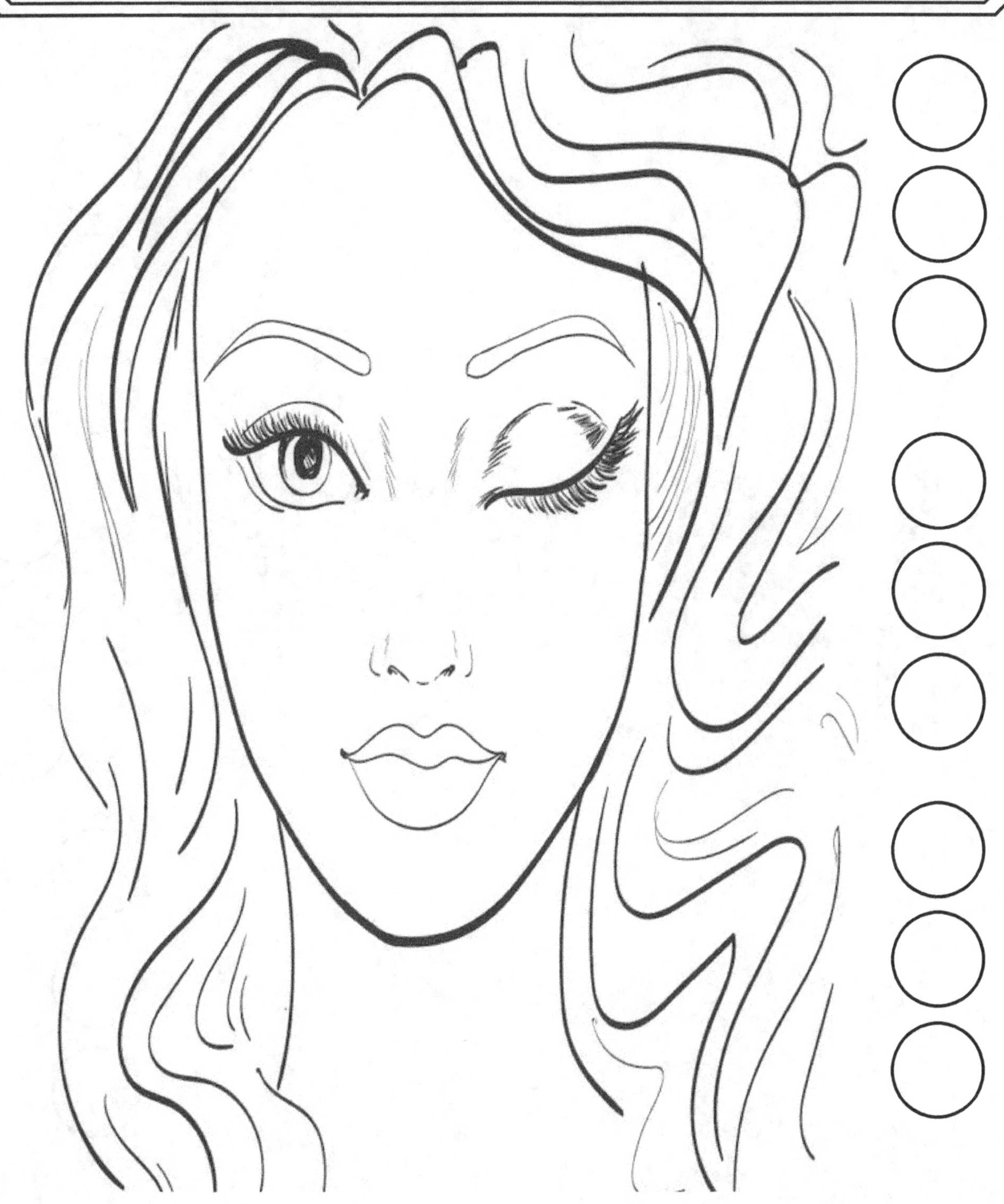

MAKEUP STYLE:_____________________________ TYPE:______________

FOUNDATION:_______________________________ DURATION:__________

POWDER:__________________________________ DATE:______________

BLUSH: ___________________________________ ARTIST:____________

CONTOUR: _________________________________ EVENT:_____________

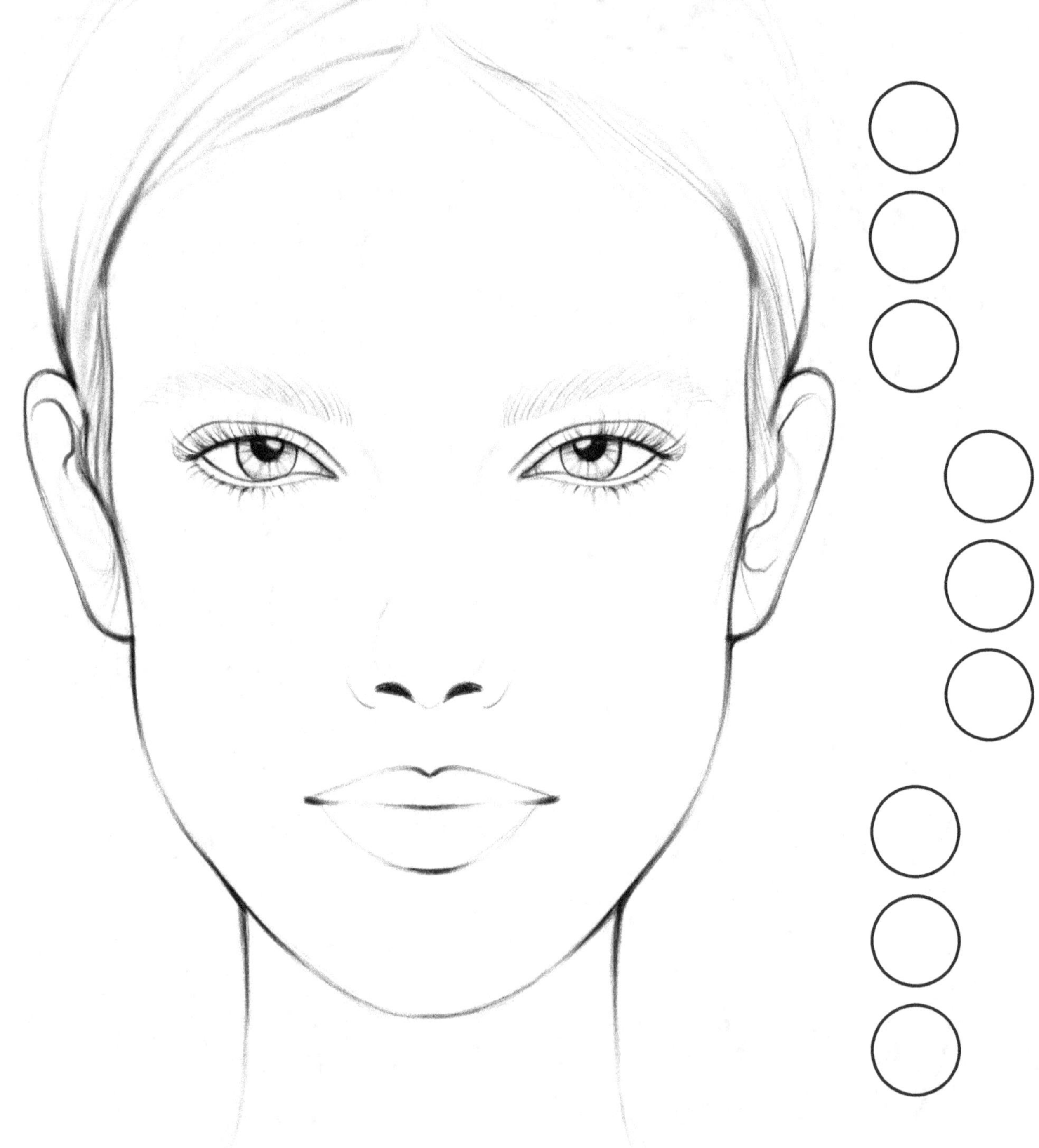

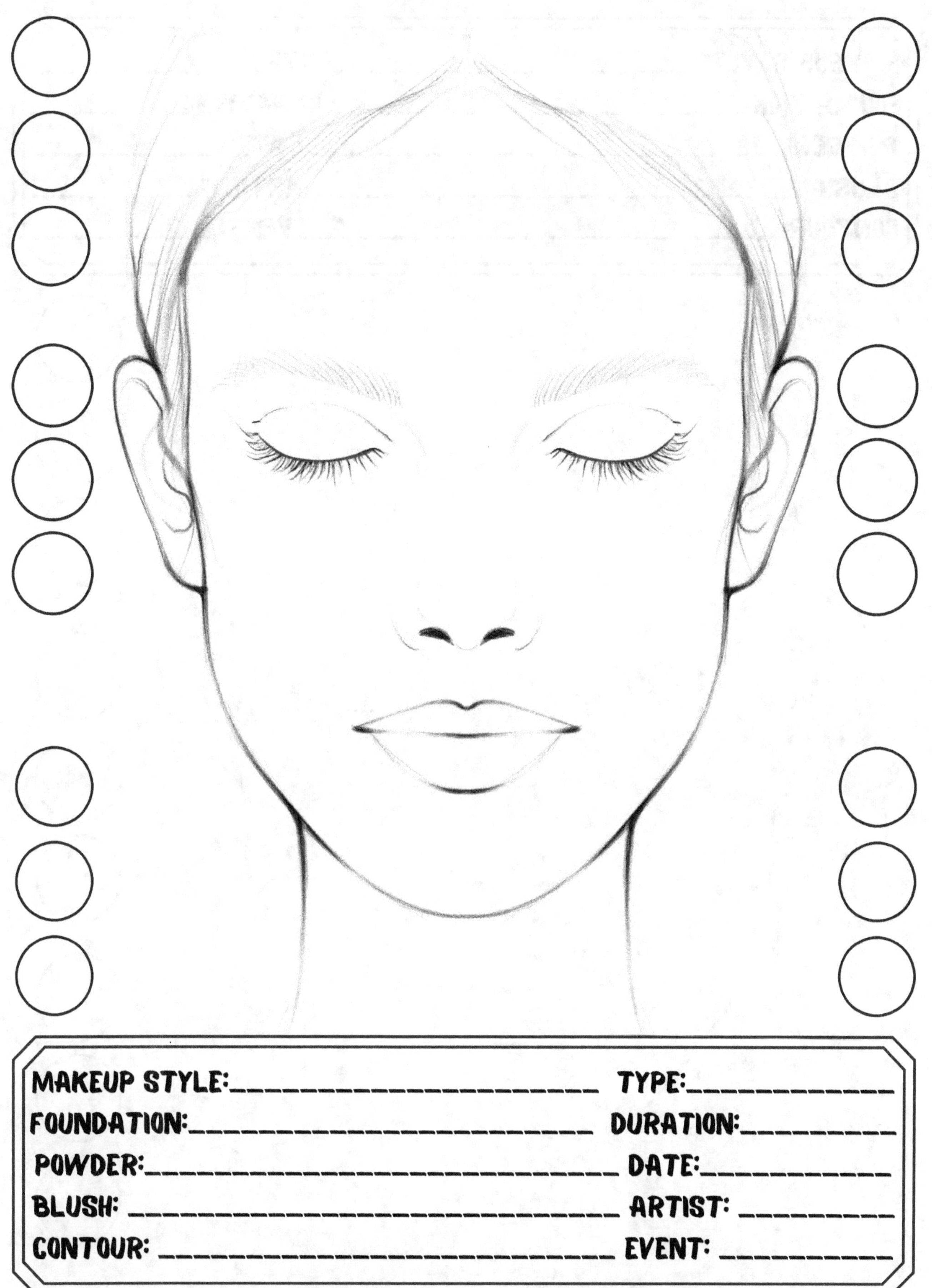

MAKEUP STYLE: _______________________ **TYPE:** ______________

FOUNDATION: _____________________ **DURATION:** __________

POWDER: _______________________ **DATE:** ___________

BLUSH: _________________________ **ARTIST:** __________

CONTOUR: ______________________ **EVENT:** ___________

MAKEUP STYLE:_________________________________ TYPE:______________
FOUNDATION:___________________________________ DURATION:__________
POWDER:_______________________________________ DATE:______________
BLUSH: ____ ARTIST:____________
CONTOUR: ______________________________________ EVENT: _____________

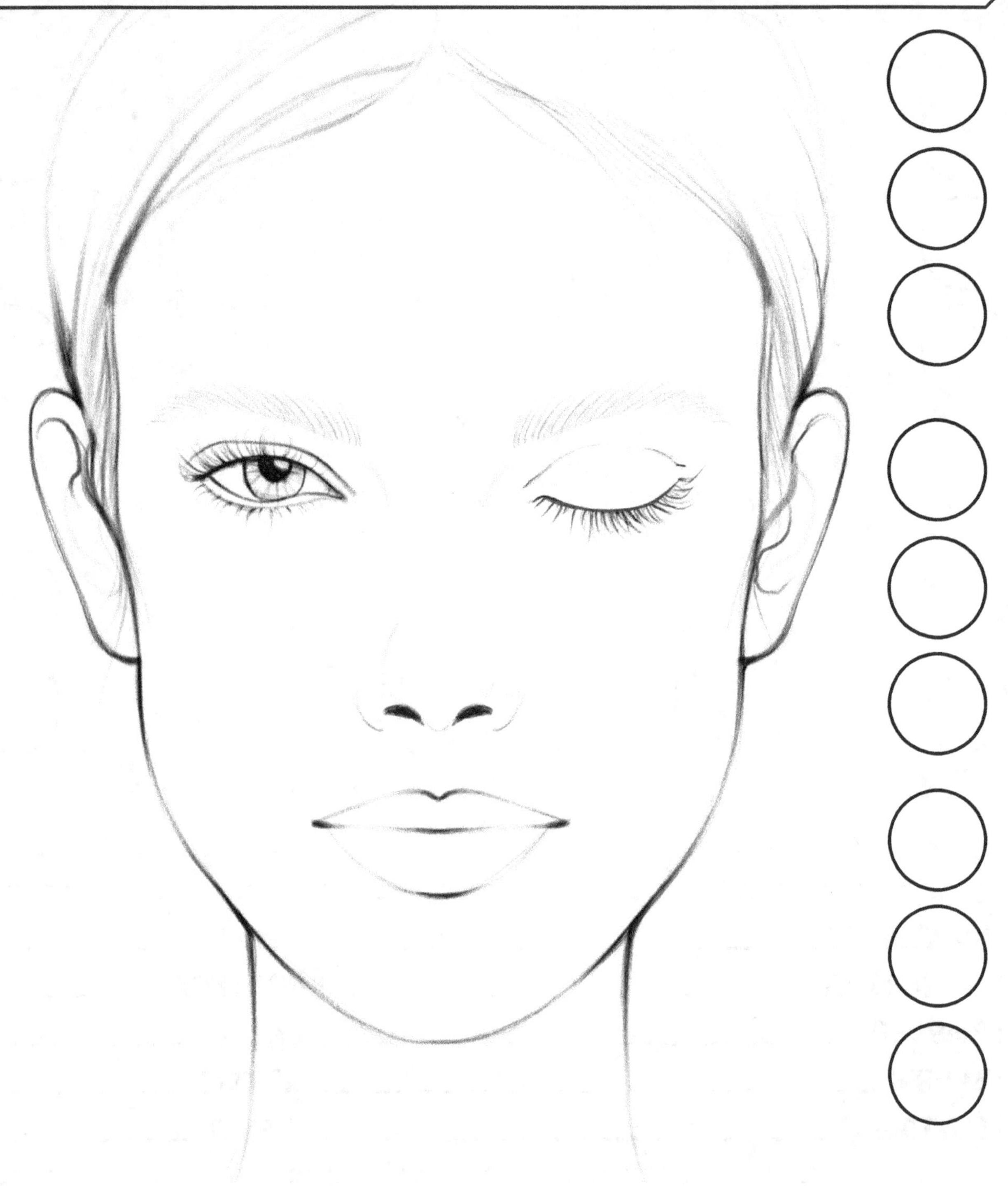

MAKEUP STYLE:_____________________ TYPE:___________
FOUNDATION:_____________________ DURATION:___________
POWDER:_____________________ DATE:___________
BLUSH: _____________________ ARTIST:___________
CONTOUR: _____________________ EVENT: ___________

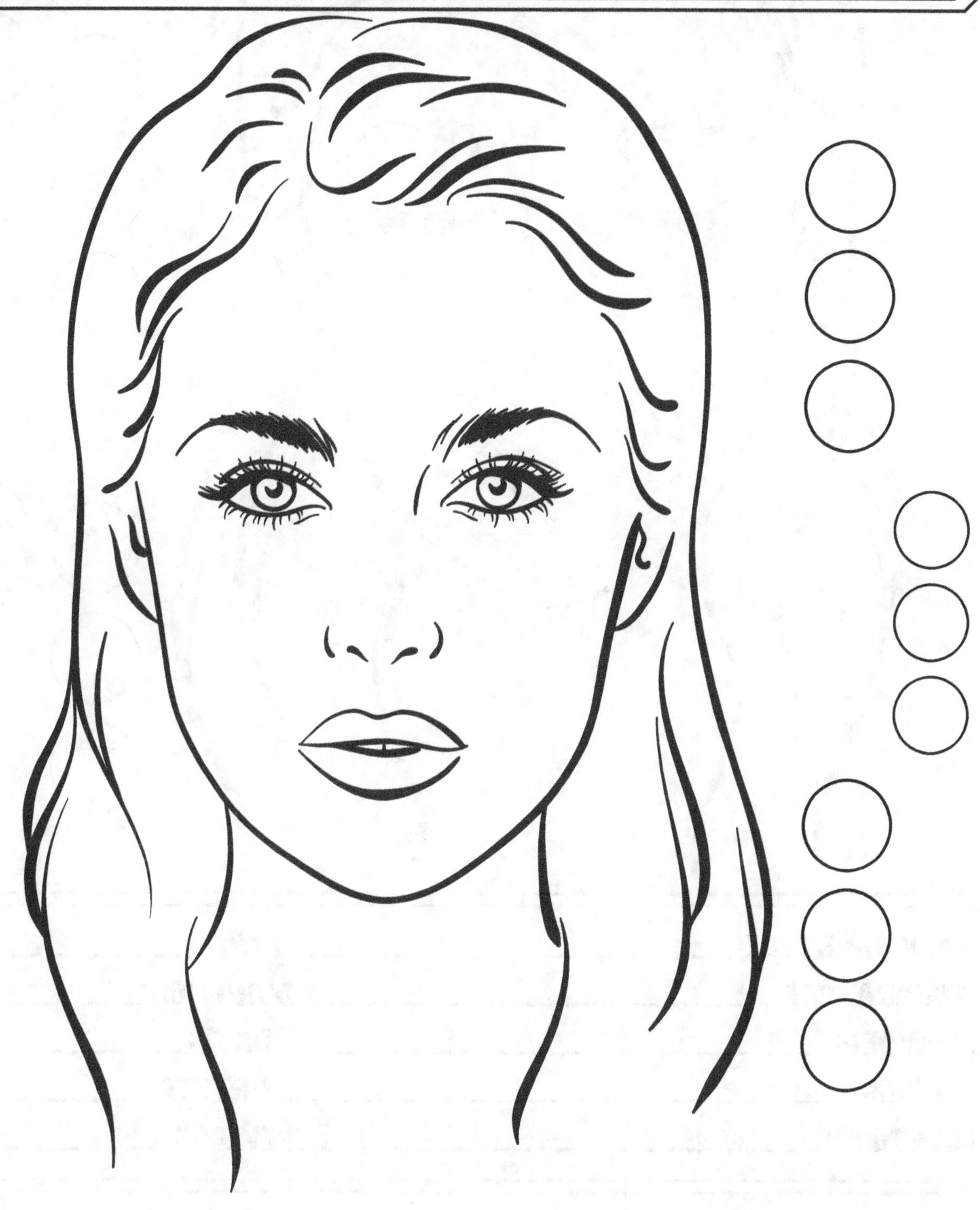

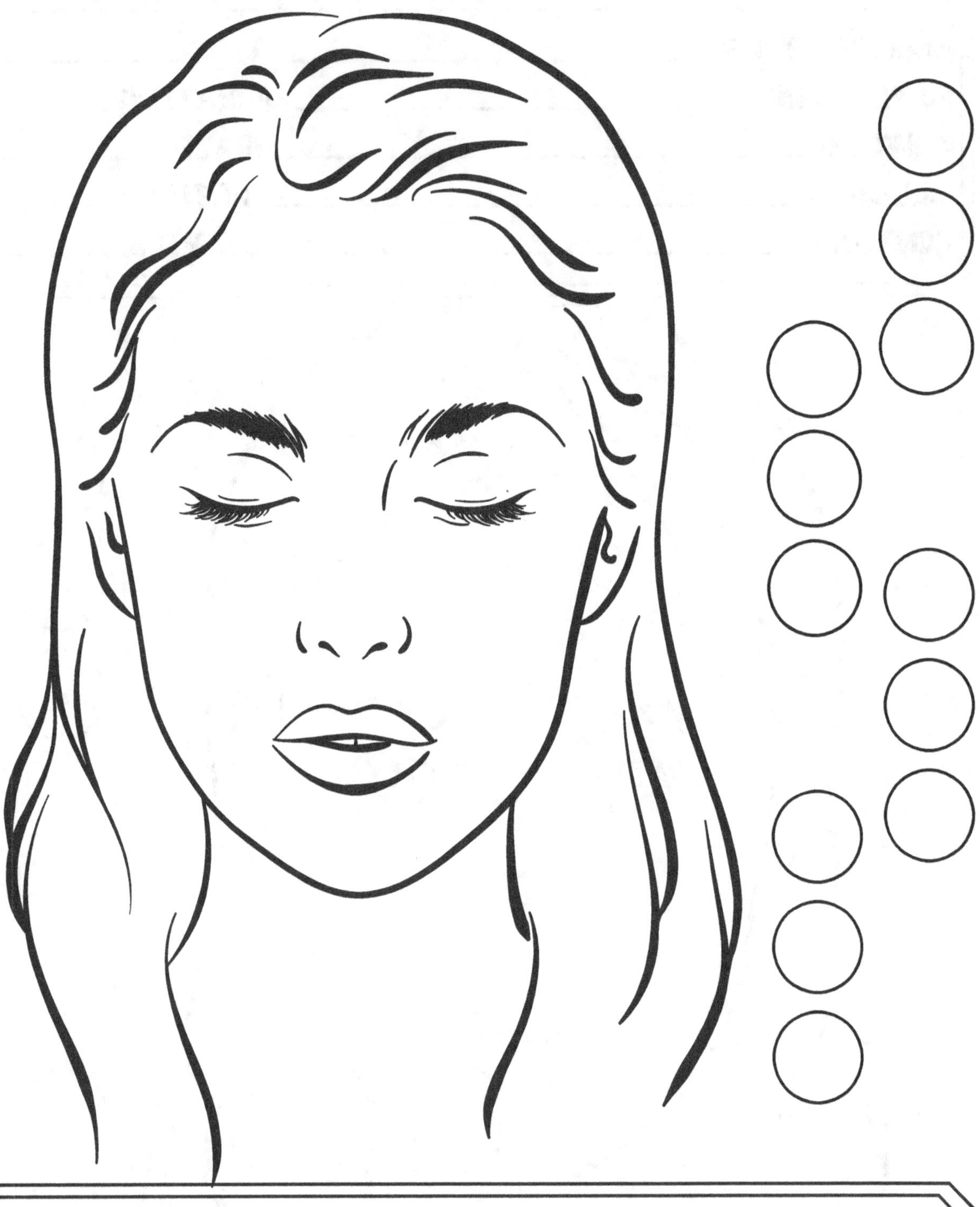

MAKEUP STYLE:_______________________   TYPE:______________
FOUNDATION:________________________   DURATION:__________
POWDER:___________________________   DATE:_____________
BLUSH: ___________________________   ARTIST: __________
CONTOUR: _________________________   EVENT: ___________

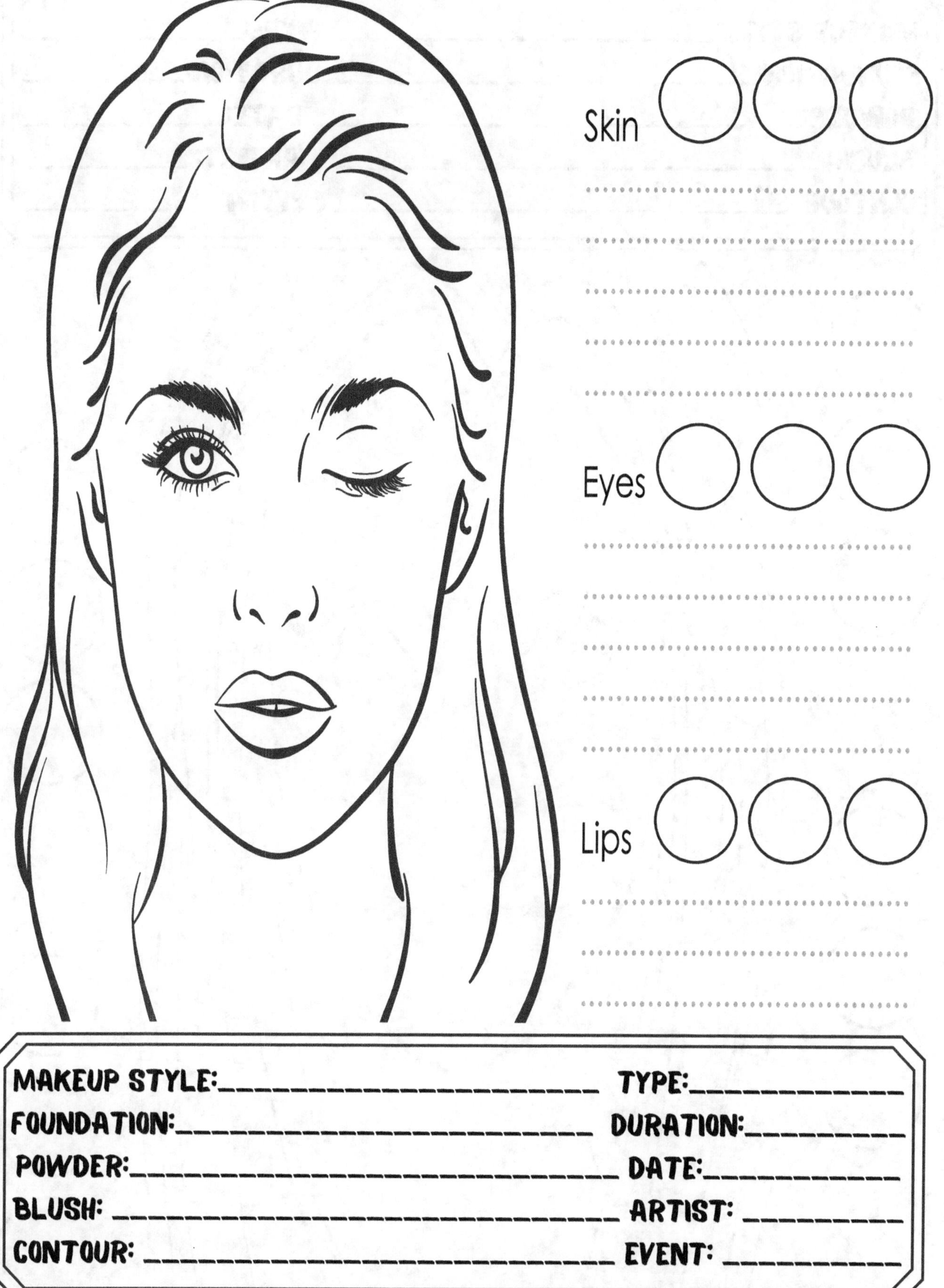

Skin
Eyes
Lips
MAKEUP STYLE:________________________ TYPE:____________
FOUNDATION:__________________________ DURATION:__________
POWDER:______________________________ DATE:______________
BLUSH:_______________________________ ARTIST:___________
CONTOUR:_____________________________ EVENT:____________

MAKEUP STYLE:_______________________________ TYPE:_____________

FOUNDATION:________________________________ DURATION:__________

POWDER:____________________________________ DATE:______________

BLUSH: _____________________________________ ARTIST:____________

CONTOUR: ___________________________________ EVENT: ____________

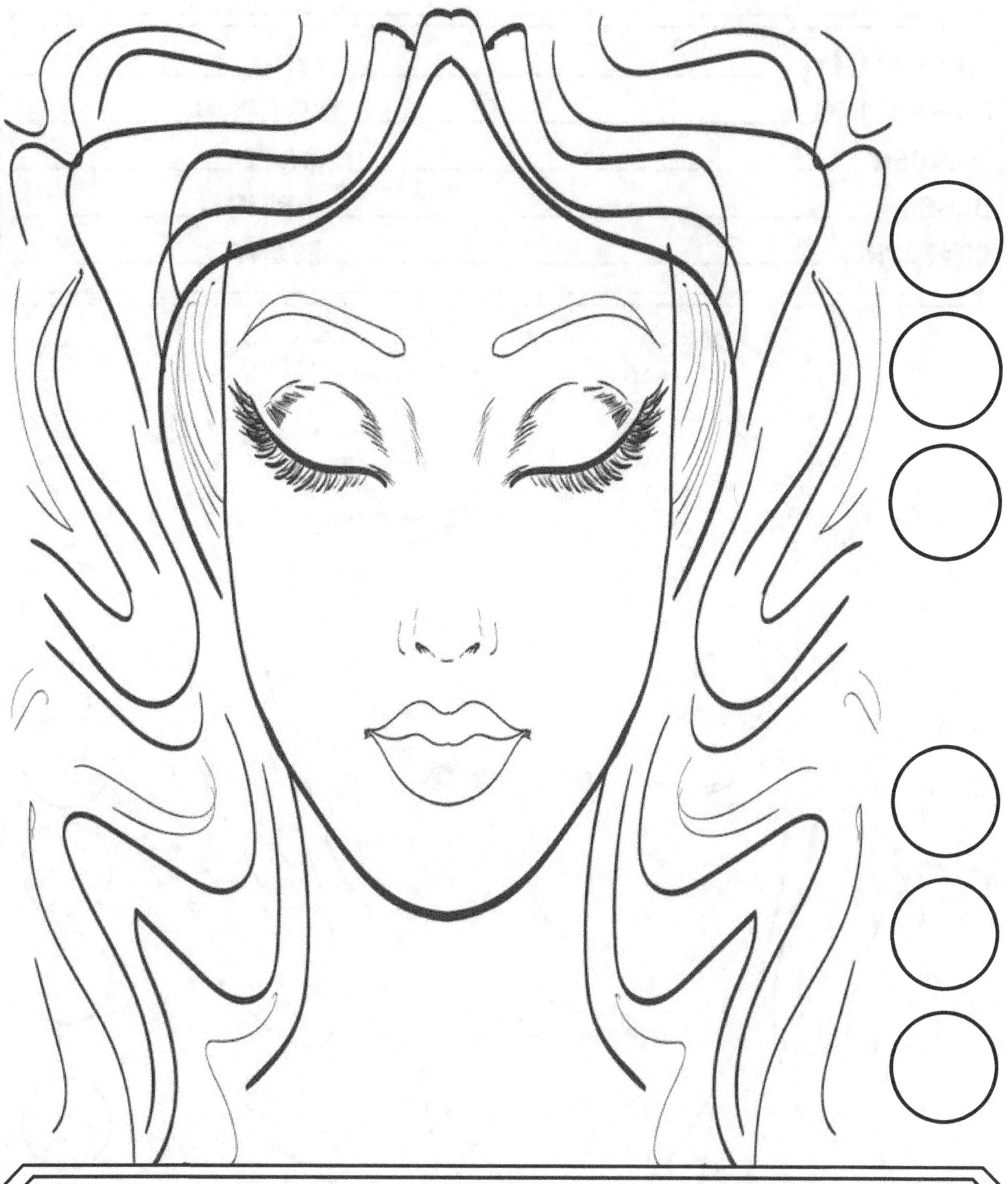

MAKEUP STYLE:____________________ TYPE:____________
FOUNDATION:____________________ DURATION:___________
POWDER:____________________ DATE:____________
BLUSH:____________________ ARTIST:___________
CONTOUR:____________________ EVENT:____________

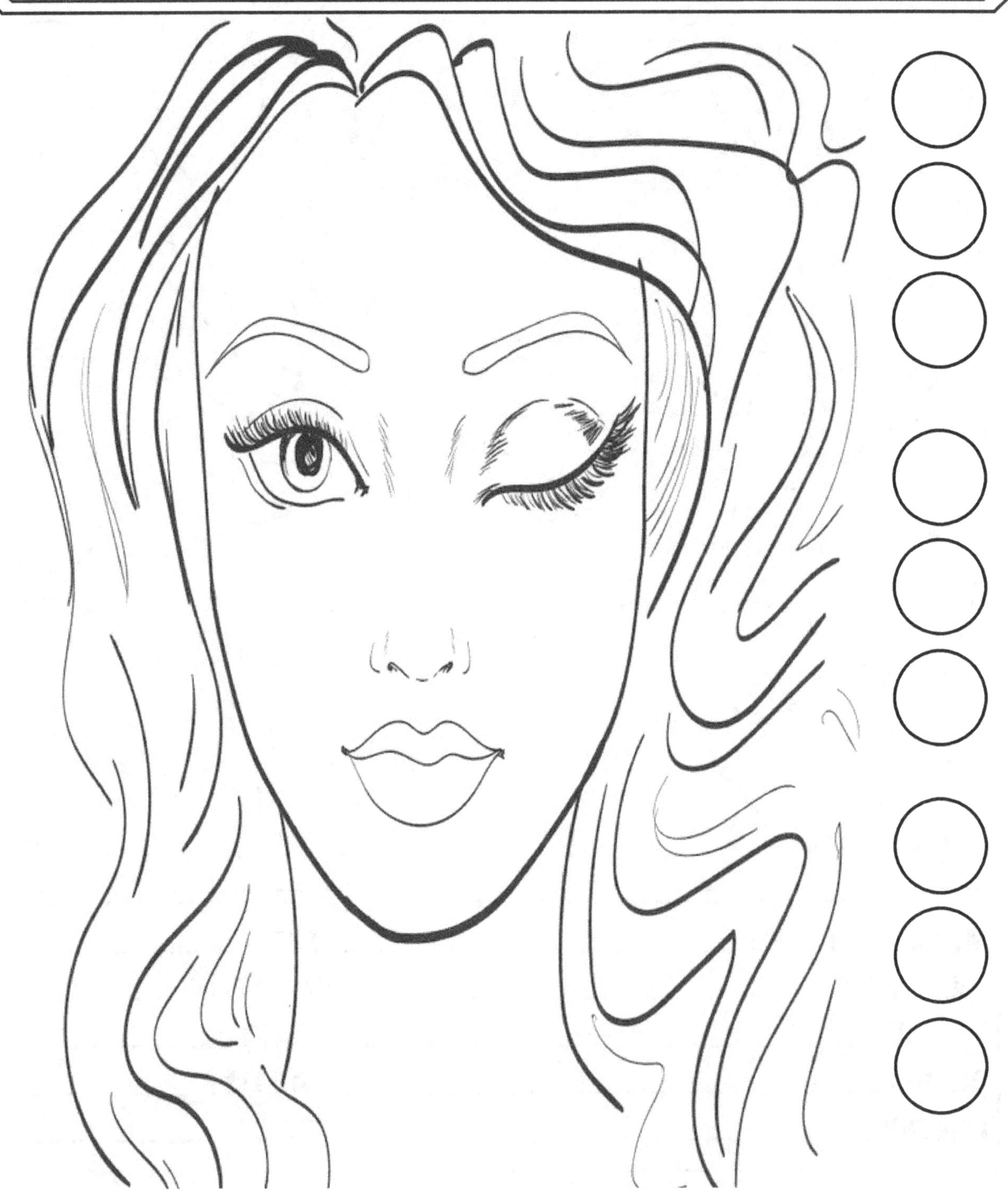

MAKEUP STYLE:____________________   TYPE:_____________
FOUNDATION:______________________   DURATION:__________
POWDER:__________________________   DATE:_____________
BLUSH: ___________________________   ARTIST:___________
CONTOUR: _________________________   EVENT: ___________

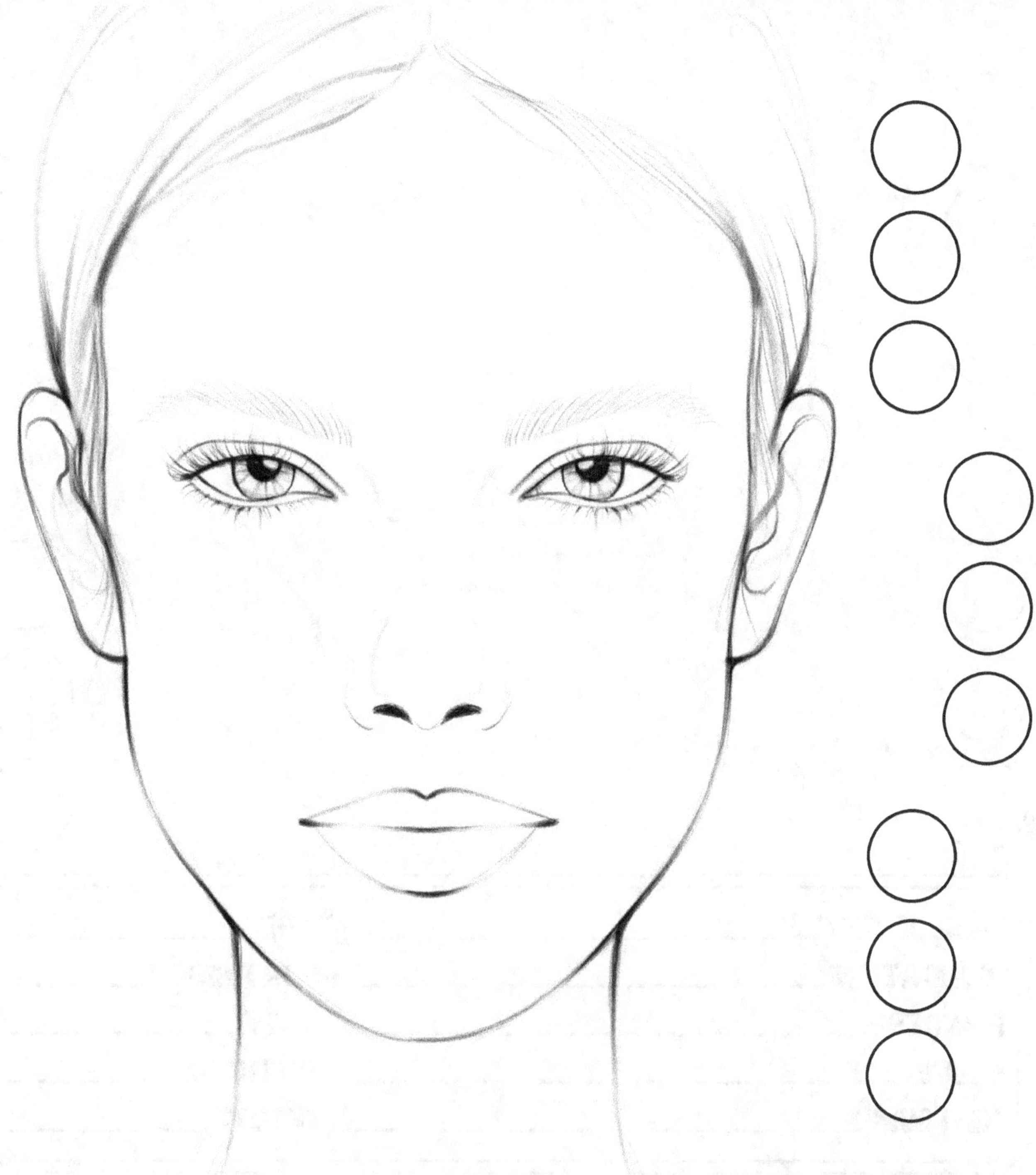

MAKEUP STYLE:________________________ TYPE:____________

FOUNDATION:__________________________ DURATION:__________

POWDER:_____________________________ DATE:____________

BLUSH: _____________________________ ARTIST:__________

CONTOUR: ___________________________ EVENT: __________

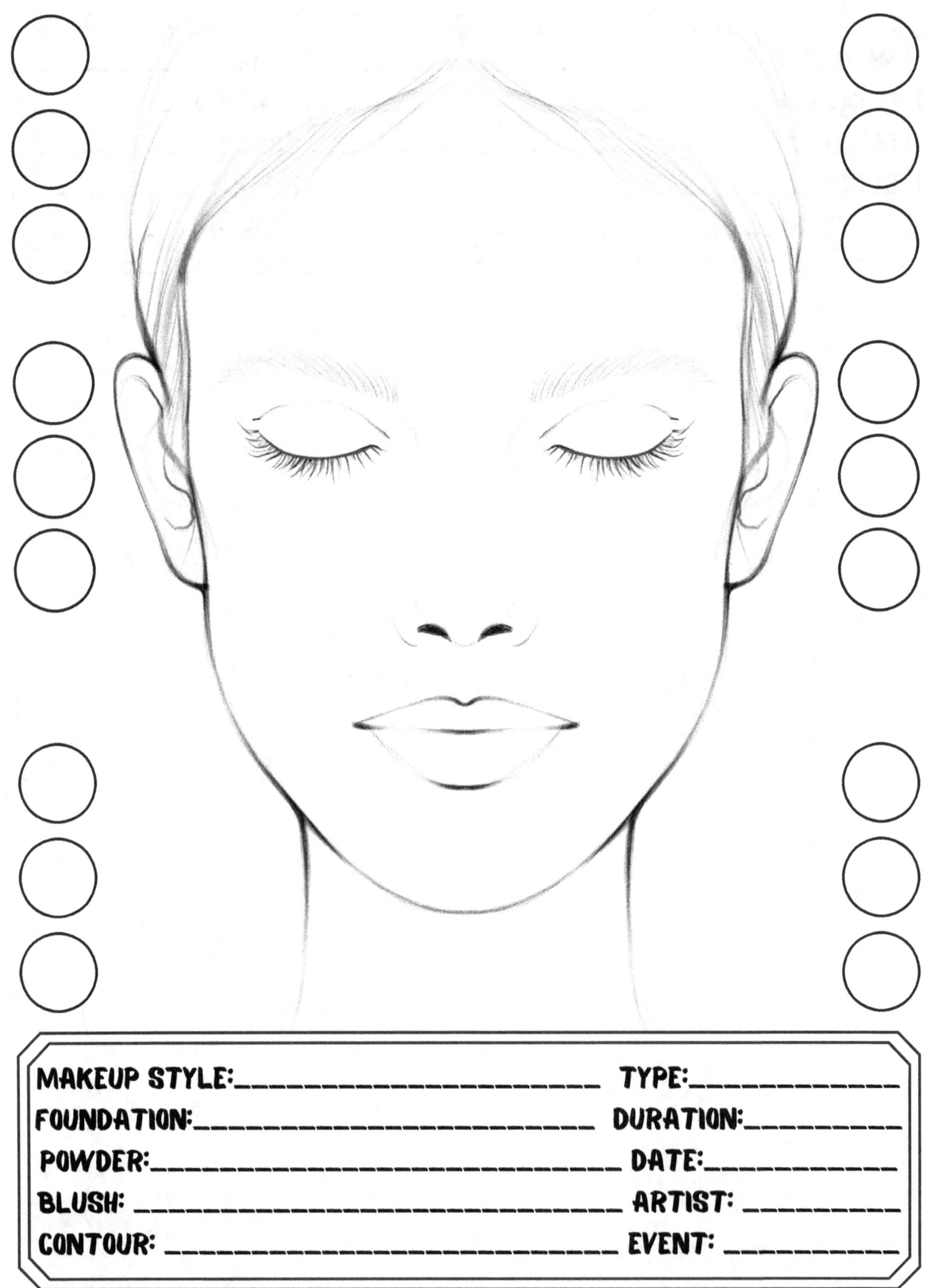

MAKEUP STYLE:_________________________ TYPE:______________

FOUNDATION:__________________________ DURATION:___________

 POWDER:______________________________ DATE:_____________

BLUSH: _______________________________ ARTIST: __________

CONTOUR: _____________________________ EVENT: __________

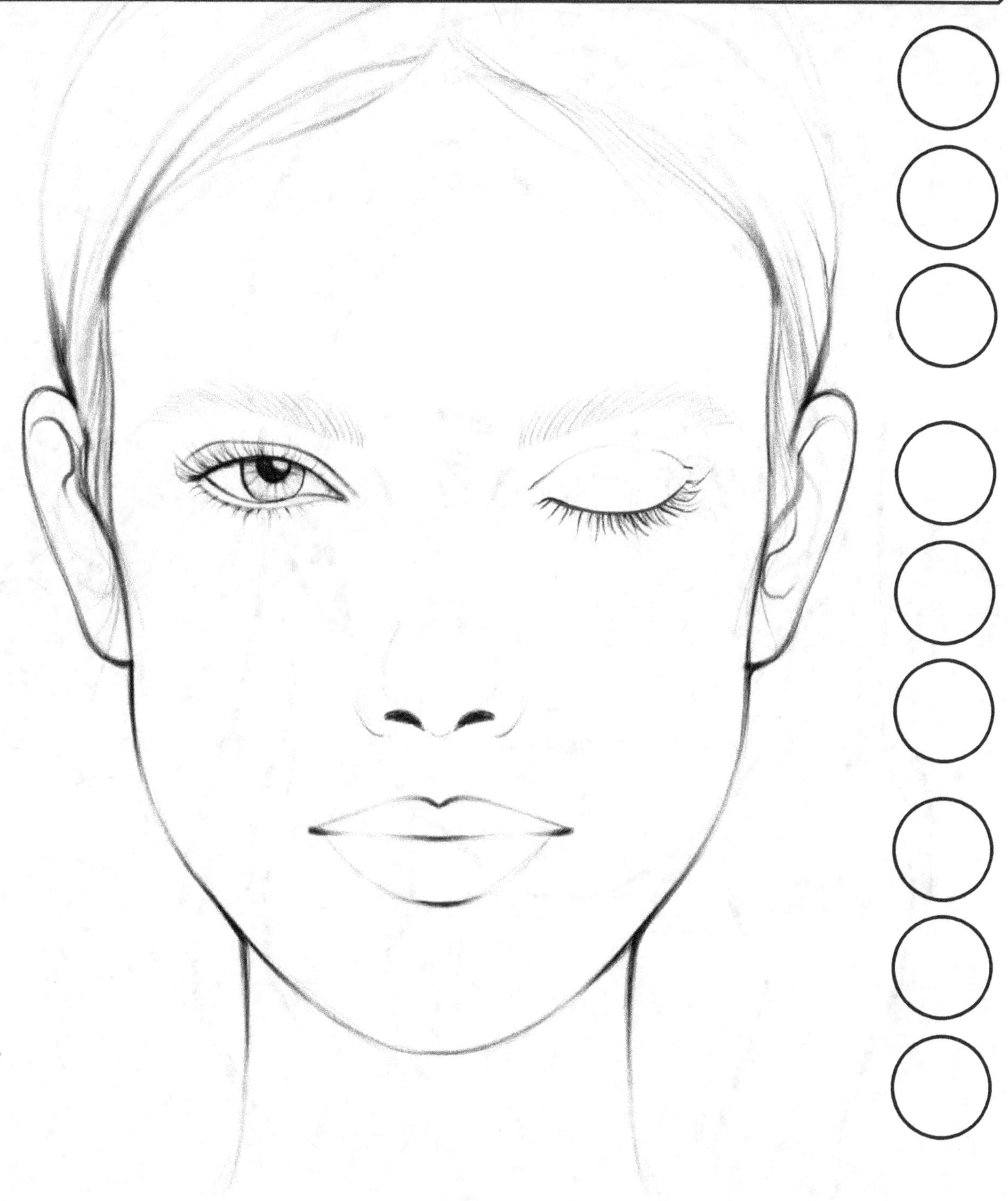

MAKEUP STYLE:_________________________ TYPE:____________

FOUNDATION:___________________________ DURATION:___________

POWDER:_______________________________ DATE:____________

BLUSH: ________________________________ ARTIST: ___________

CONTOUR: ______________________________ EVENT: ___________

MAKEUP STYLE:_______________________ TYPE:____________
FOUNDATION:_______________________ DURATION:_________
POWDER:_______________________ DATE:____________
BLUSH:_______________________ ARTIST:___________
CONTOUR:_______________________ EVENT:___________

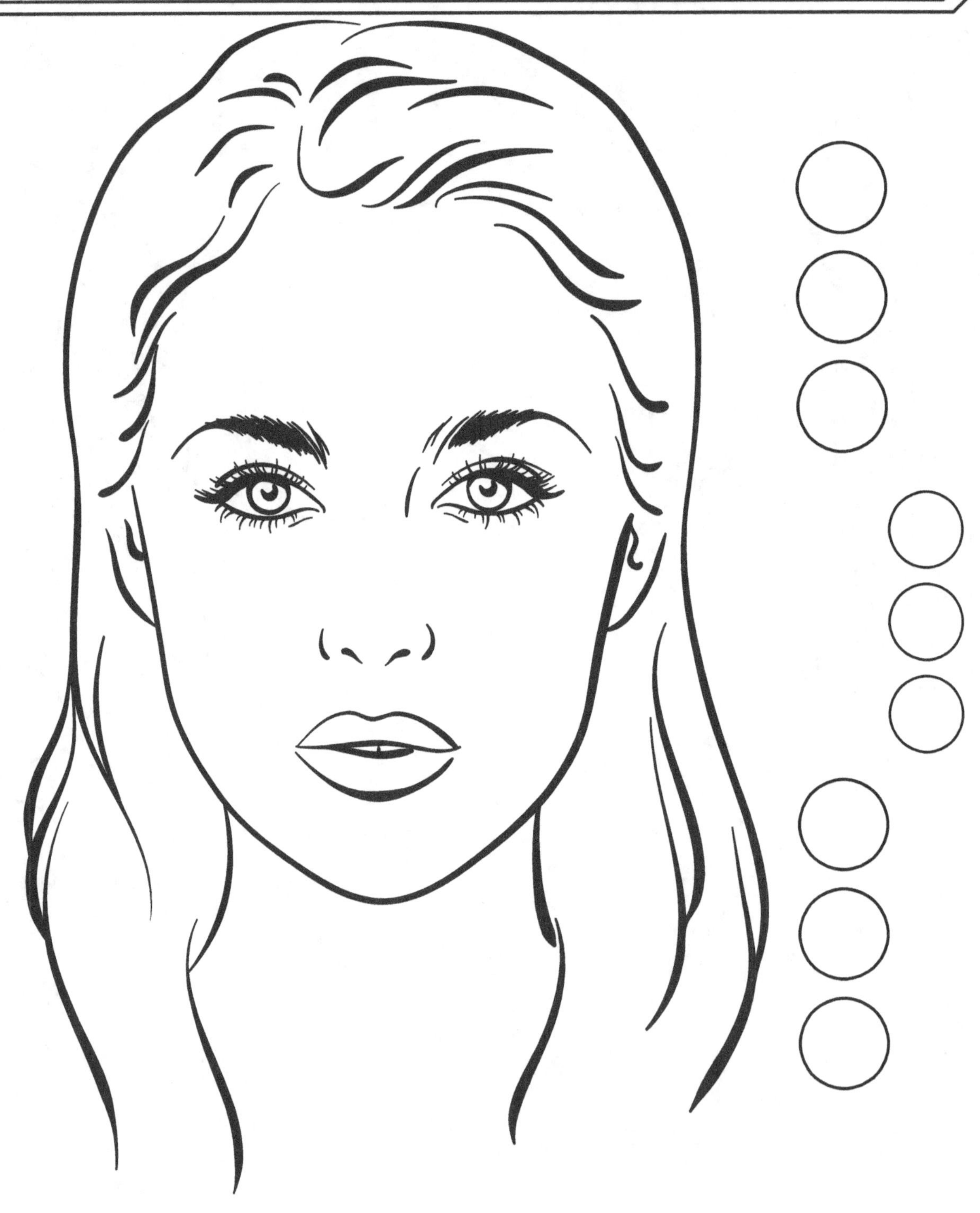

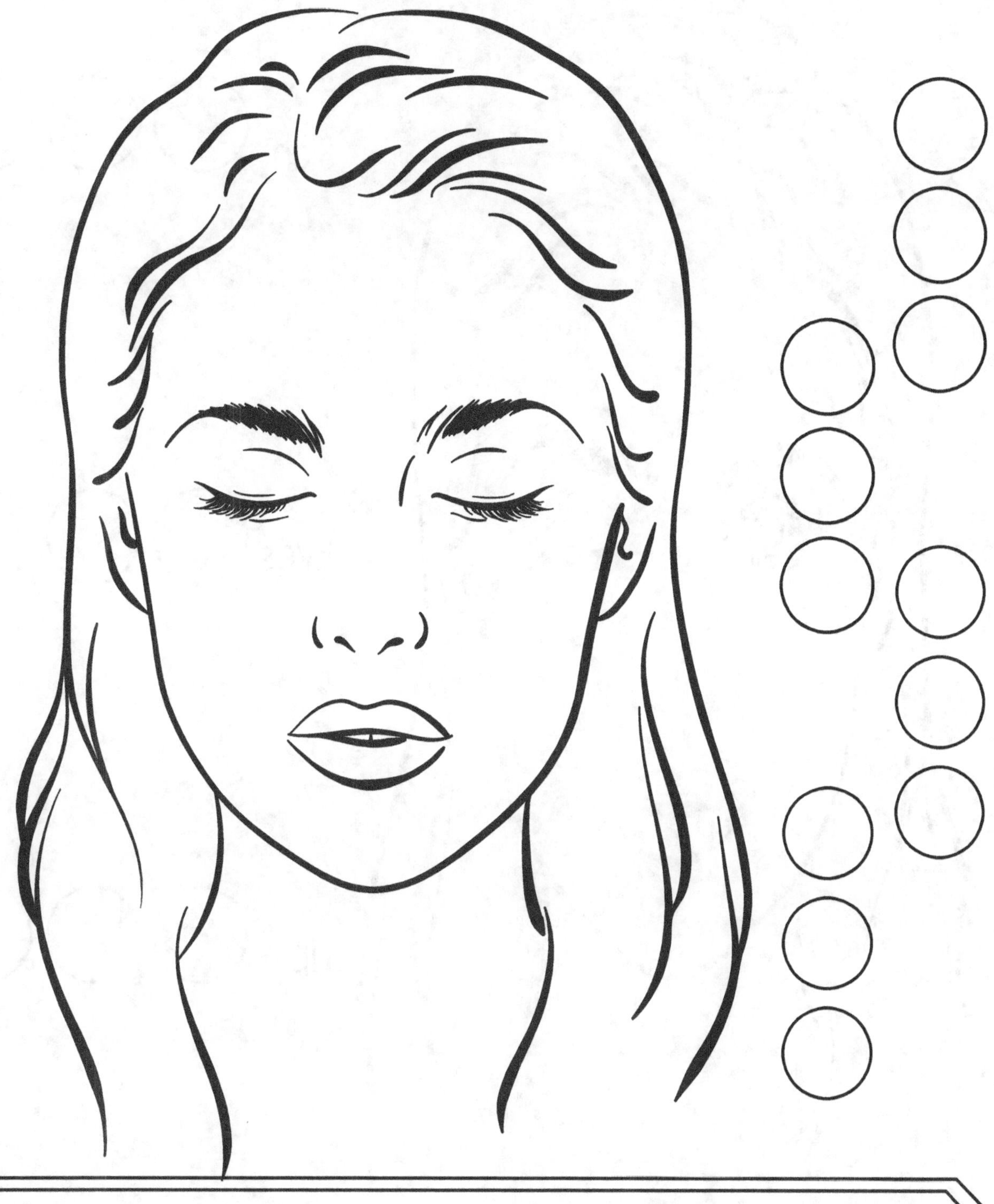

MAKEUP STYLE:_______________________
FOUNDATION:________________________
POWDER:___________________________
BLUSH: ____________________________
CONTOUR: __________________________
TYPE:_______________
DURATION:___________
DATE:______________
ARTIST: ____________
EVENT: ____________

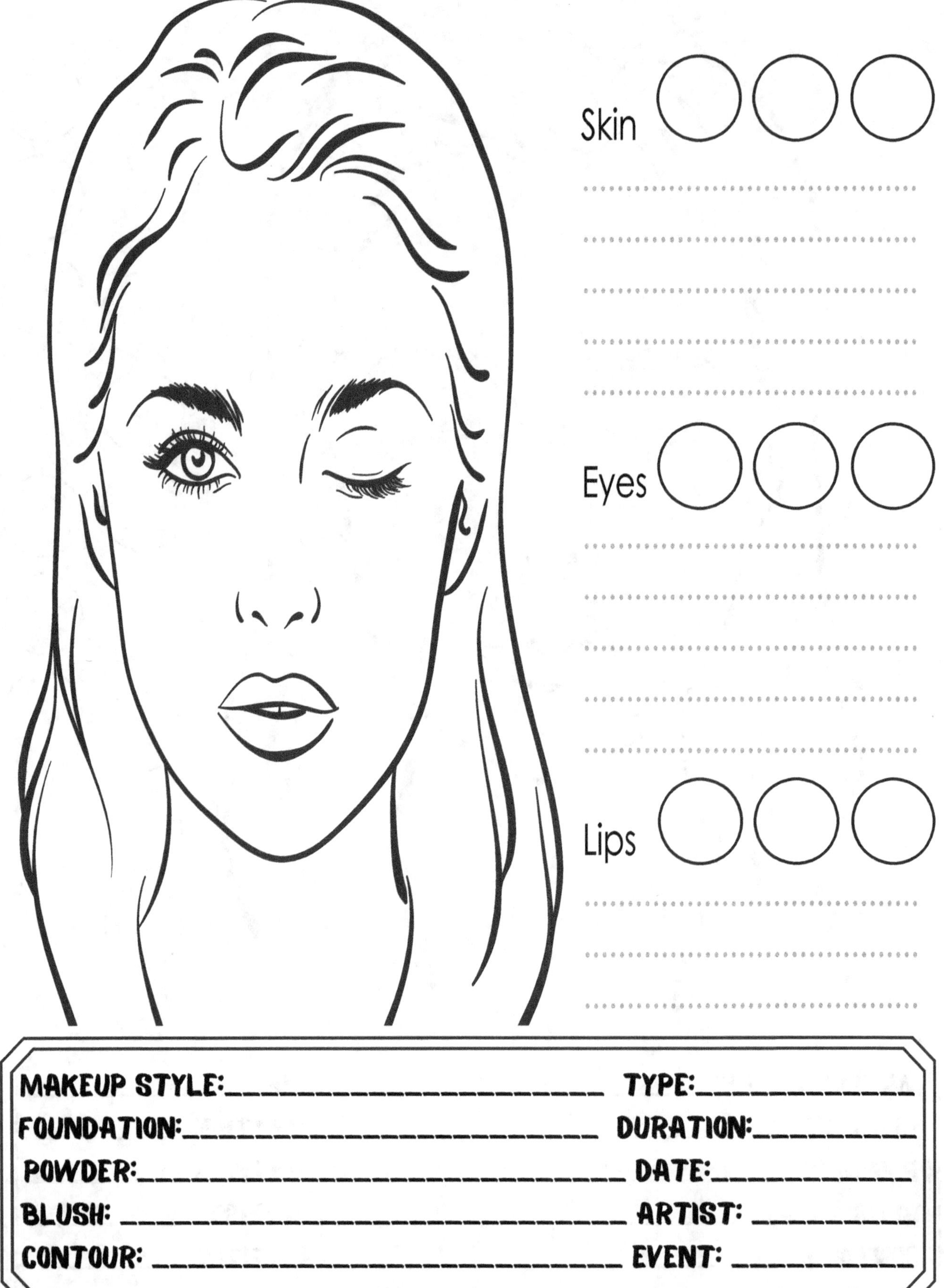

Skin

Eyes

Lips

MAKEUP STYLE:_______________________ TYPE:____________
FOUNDATION:________________________ DURATION:__________
POWDER:___________________________ DATE:____________
BLUSH: ____________________________ ARTIST: __________
CONTOUR: __________________________ EVENT: __________

MAKEUP STYLE:________________________ TYPE:______________
FOUNDATION:__________________________ DURATION:__________
POWDER:_____________________________ DATE:_____________
BLUSH: ______________________________ ARTIST: __________
CONTOUR: ____________________________ EVENT: __________

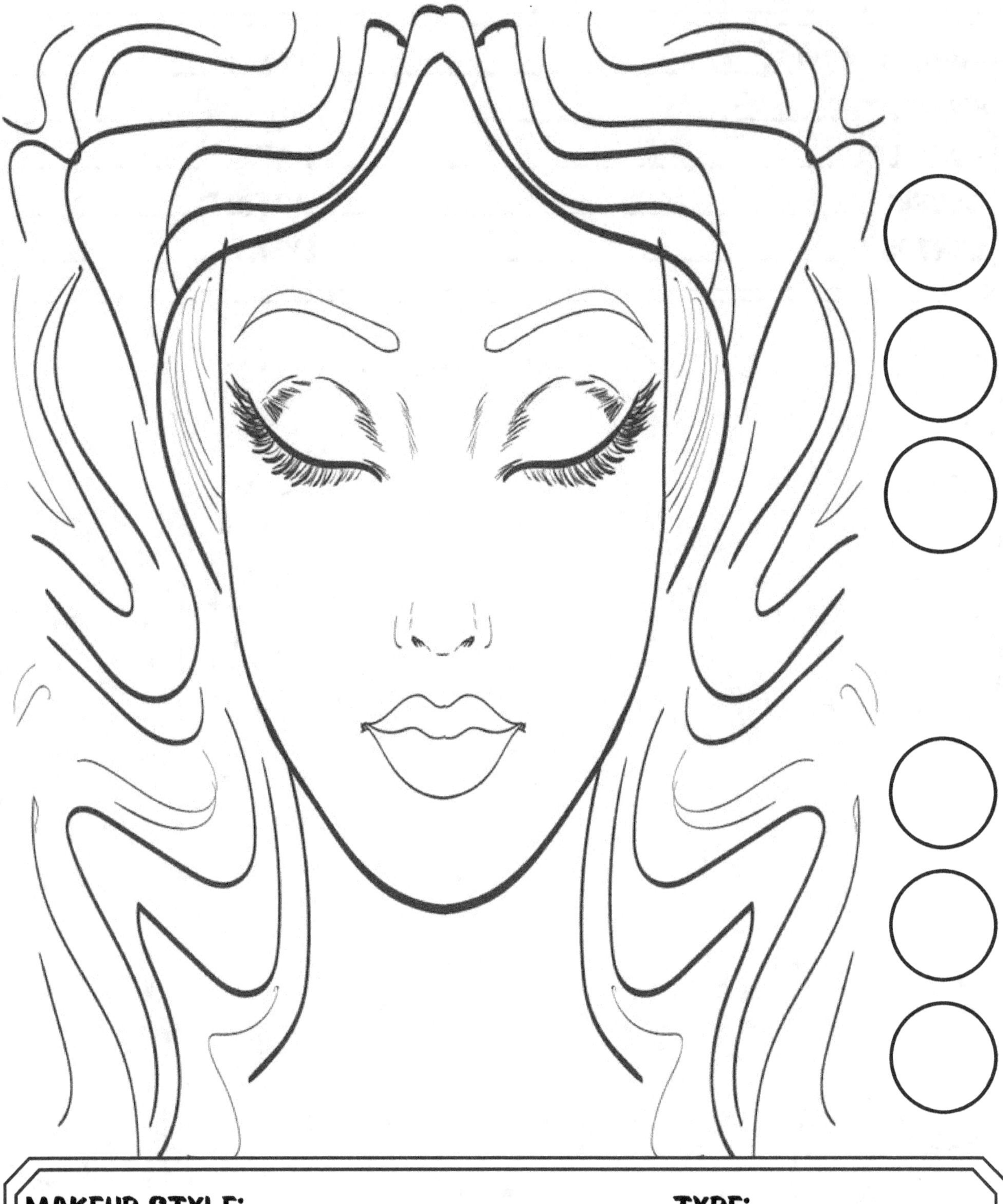

MAKEUP STYLE:_______________________ TYPE:____________

FOUNDATION:________________________ DURATION:__________

POWDER:___________________________ DATE:_____________

BLUSH: ___________________________ ARTIST: __________

CONTOUR: _________________________ EVENT: ___________

MAKEUP STYLE:________________________ TYPE:____________

FOUNDATION:_______________________ DURATION:__________

POWDER:__________________________ DATE:____________

BLUSH: __________________________ ARTIST:__________

CONTOUR: ________________________ EVENT: __________

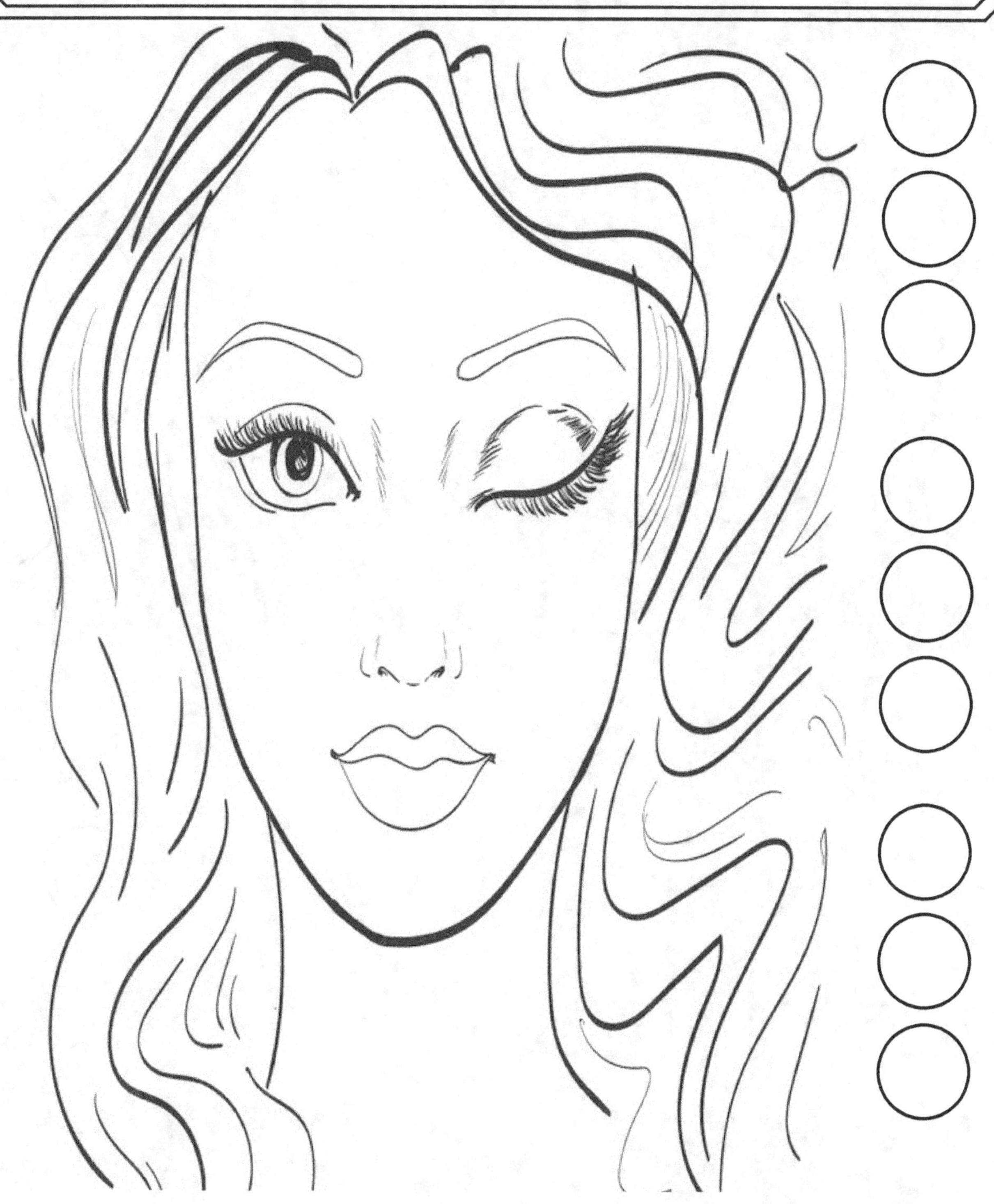

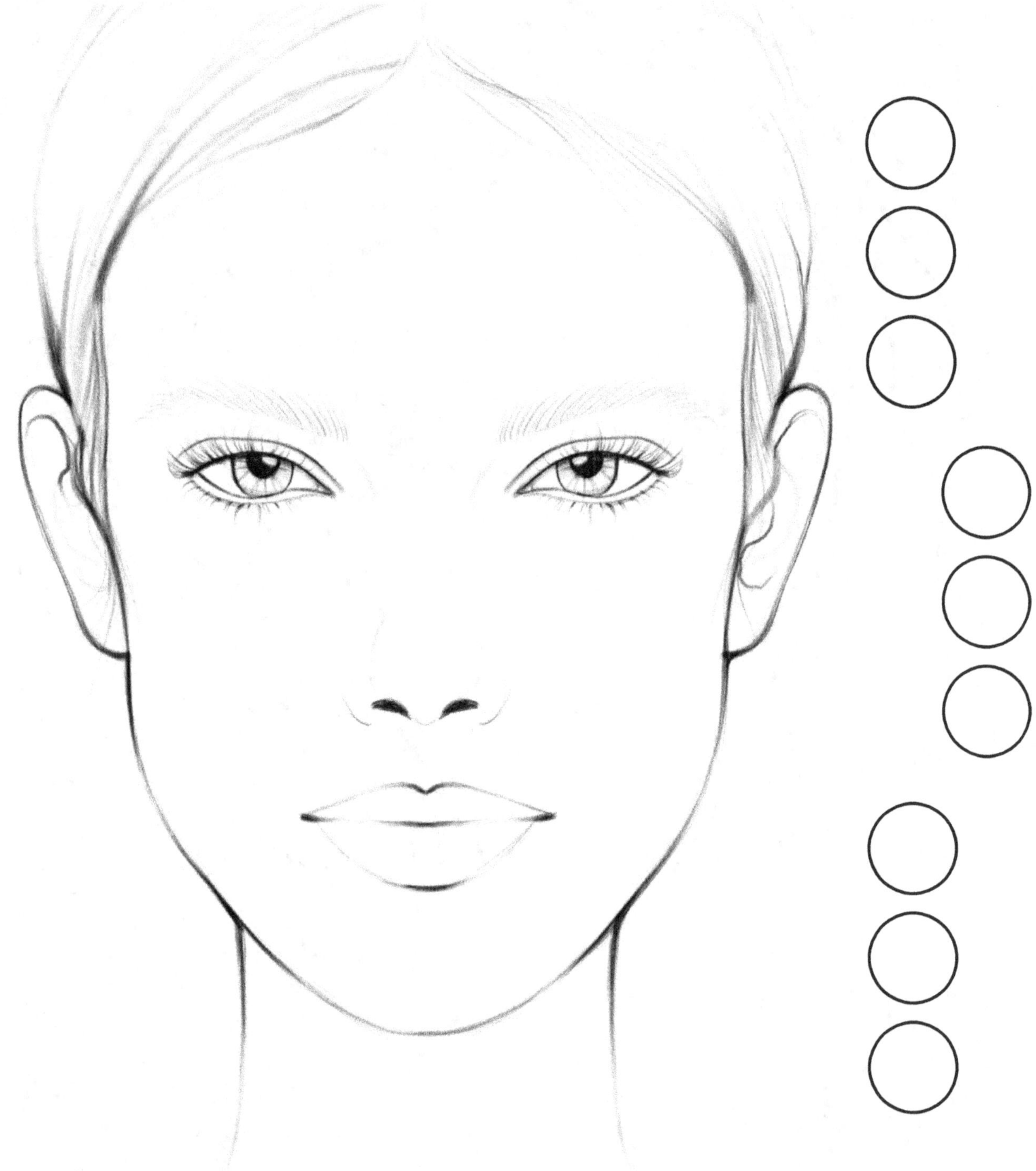

MAKEUP STYLE:_________________________________ TYPE:______________
FOUNDATION:__________________________________ DURATION:__________
POWDER:______________________________________ DATE:______________
BLUSH: ______________________________________ ARTIST:____________
CONTOUR: ____________________________________ EVENT: ____________

MAKEUP STYLE:_________________________________ TYPE:_______________

FOUNDATION:___________________________________ DURATION:___________

POWDER:_______________________________________ DATE:______________

BLUSH: ____ ARTIST: ___________

CONTOUR: ______________________________________ EVENT: ___________

MAKEUP STYLE:_____________________________ TYPE:_______________

FOUNDATION:______________________________ DURATION:__________

POWDER:__________________________________ DATE:______________

BLUSH: ___________________________________ ARTIST:____________

CONTOUR: _________________________________ EVENT: ____________

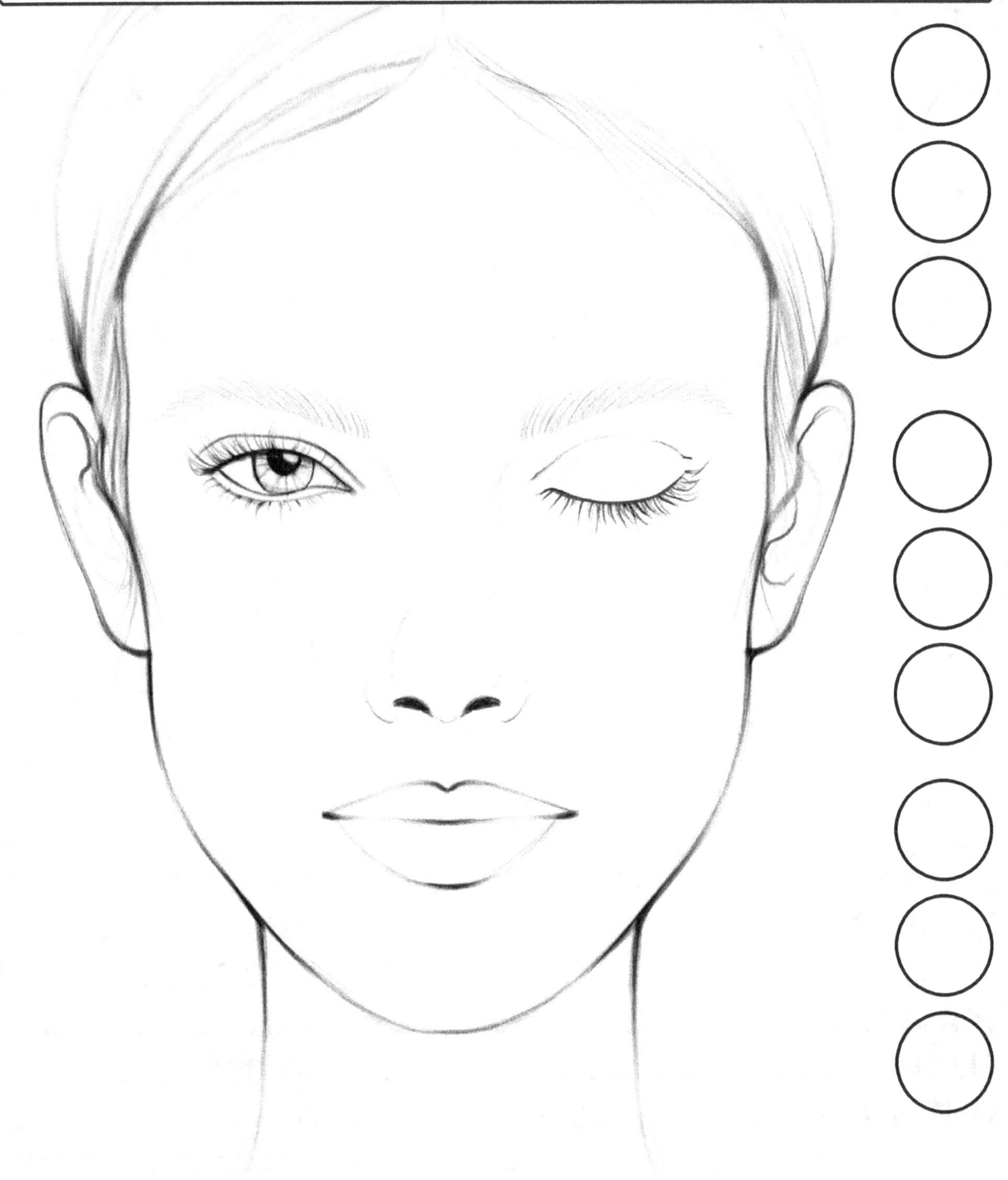

MAKEUP STYLE:_____________________ TYPE:______________

FOUNDATION:______________________ DURATION:__________

POWDER:__________________________ DATE:______________

BLUSH: ___________________________ ARTIST: ___________

CONTOUR: _________________________ EVENT: ___________

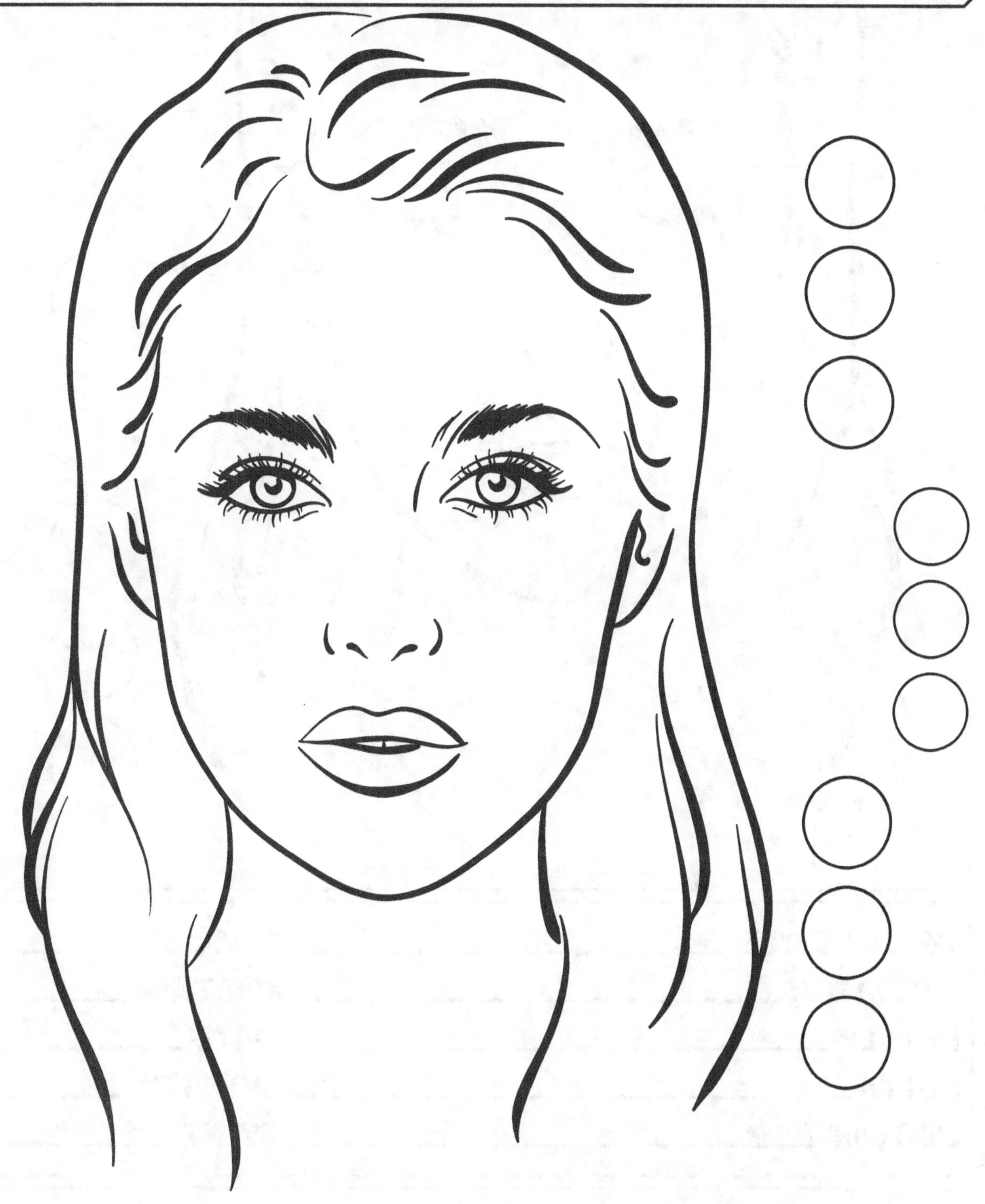

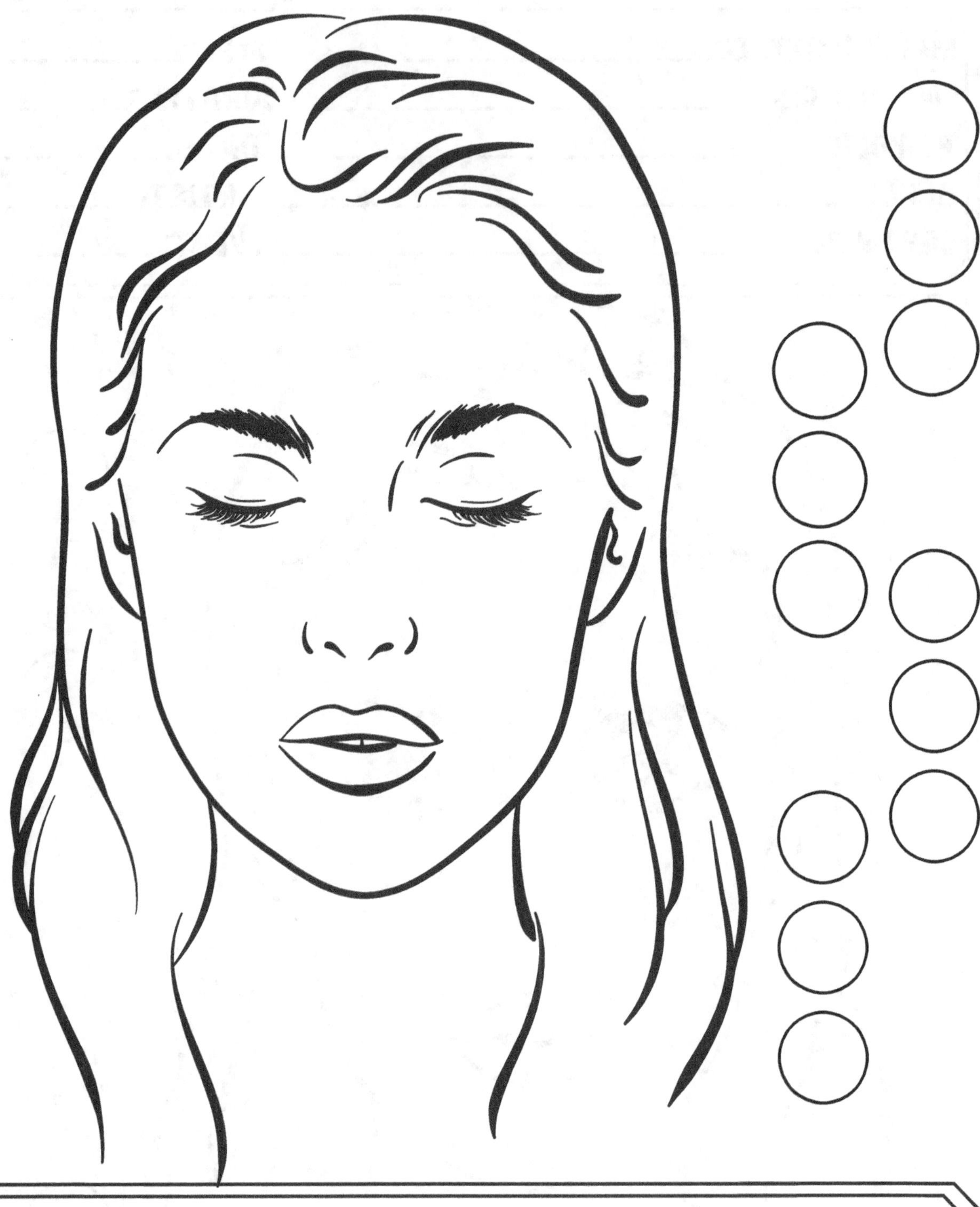

MAKEUP STYLE:___________________________ TYPE:_____________

FOUNDATION:_____________________________ DURATION:__________

POWDER:_________________________________ DATE:____________

BLUSH: _________________________________ ARTIST: __________

CONTOUR: _______________________________ EVENT: ___________

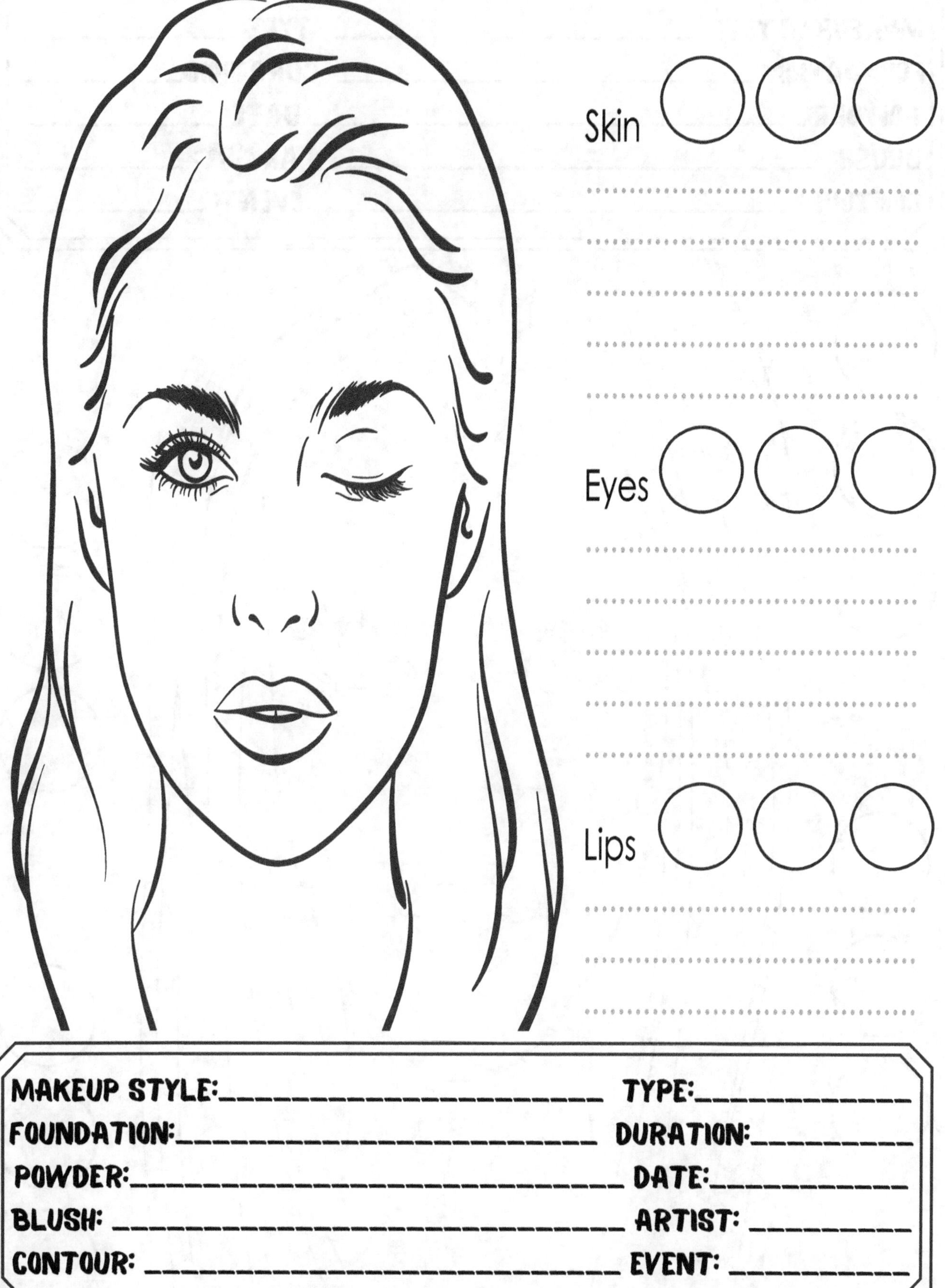

Skin
Eyes
Lips
MAKEUP STYLE:_______________________
FOUNDATION:________________________
POWDER:___________________________
BLUSH:_____________________________
CONTOUR:__________________________
TYPE:____________
DURATION:__________
DATE:___________
ARTIST:__________
EVENT:___________

MAKEUP STYLE:_________________________ TYPE:_____________
FOUNDATION:____________________________ DURATION:__________
POWDER:________________________________ DATE:_____________
BLUSH: _________________________________ ARTIST: ___________
CONTOUR: ______________________________ EVENT: ___________

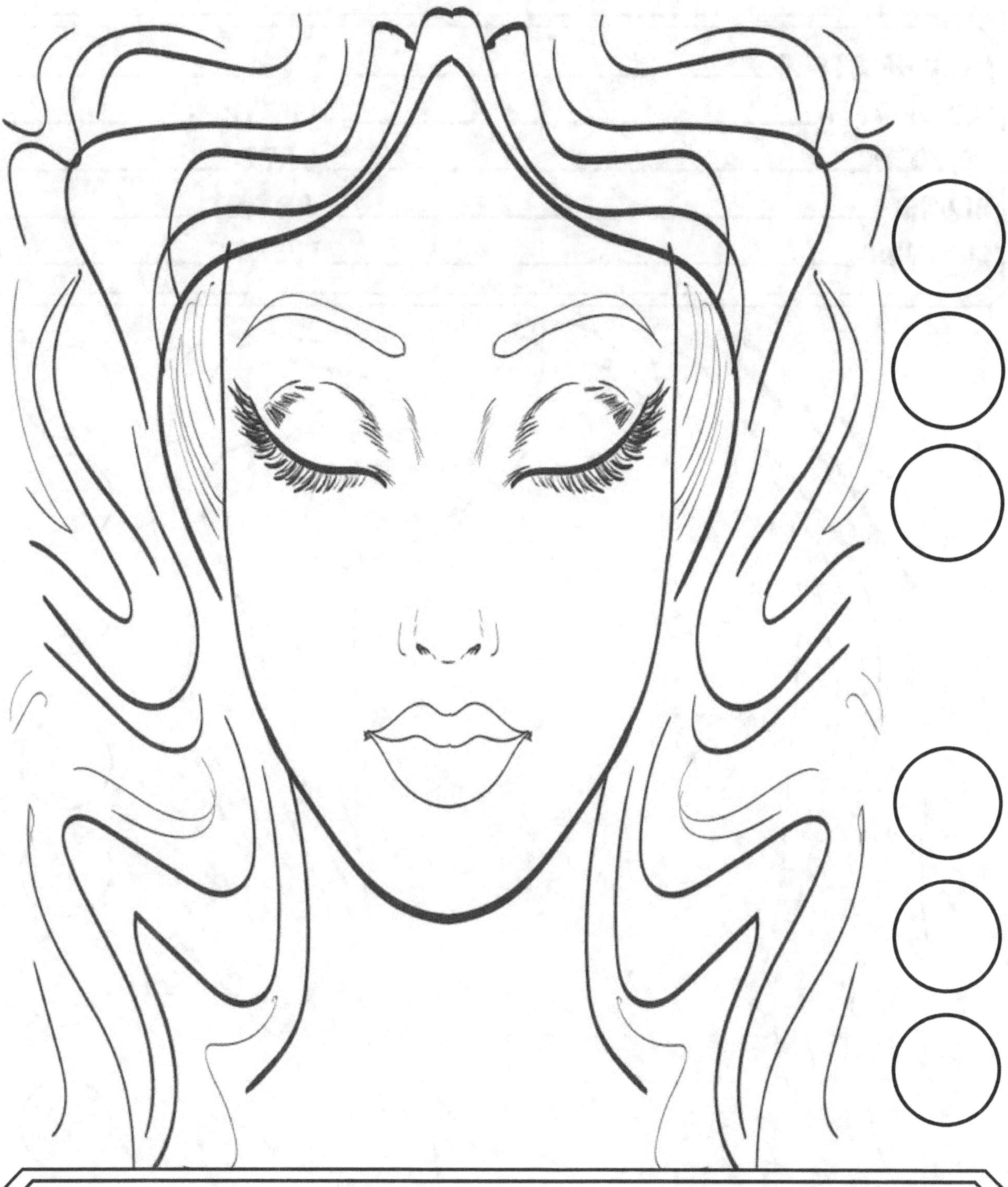

MAKEUP STYLE:________________________ TYPE:____________

FOUNDATION:________________________ DURATION:__________

POWDER:________________________ DATE:____________

BLUSH: ________________________ ARTIST: __________

CONTOUR: ________________________ EVENT: __________

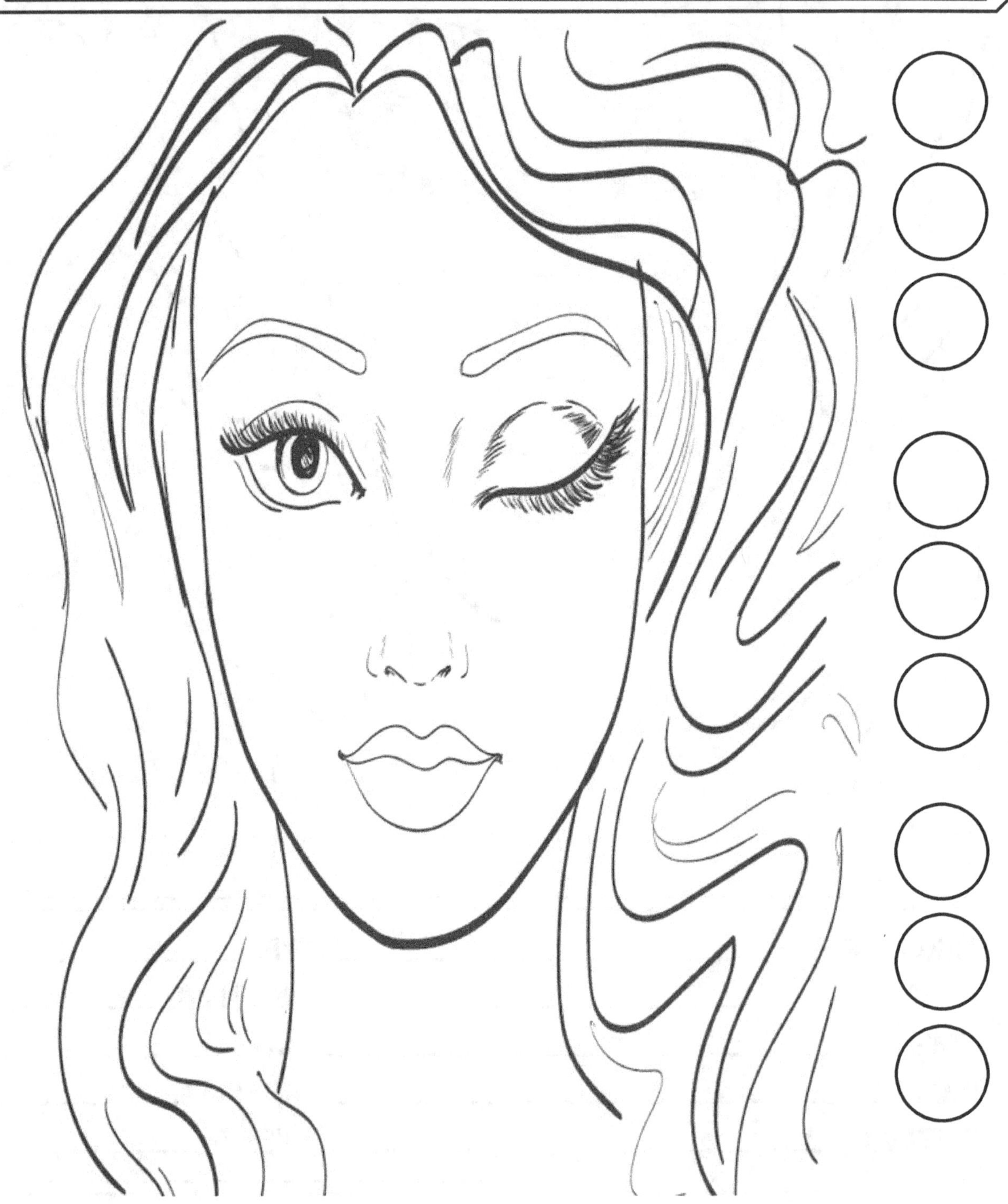

MAKEUP STYLE:________________________
FOUNDATION:_________________________
POWDER:____________________________
BLUSH: _____________________________
CONTOUR: ___________________________
TYPE:______________
DURATION:__________
DATE:______________
ARTIST:
EVENT: _________